சார்லஸ் டார்வின்
சுயசரிதை

சார்லஸ் டார்வின்

சுயசரிதை

தமிழில்

சா. சுரேஷ்

எதிர்
வெளியீடு

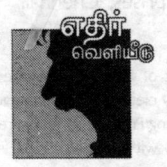

சார்லஸ் டார்வின்
சுயசரிதை
தமிழில்: சா. சுரேஷ்

முதல் பதிப்பு: செப்டம்பர் 2012
இரண்டாம் பதிப்பு: ஜூலை 2022
மூன்றாம் பதிப்பு: மார்ச் 2023

எதிர் வெளியீடு,
96, நியூ ஸ்கீம் ரோடு, பொள்ளாச்சி - 642 002
தொலைபேசி: 04259 226012, 99425 11302

விலை: ரூ. 150

Autobiography of Charles Darwin
Translated by S. Suresh

First Edition: September 2012
Second Edition: July 2022
Third Edition: March 2023

Published by
Ethir Veliyeedu, 96, New Scheme Road, Pollachi - 2
email: ethirveliyedu@gmail.com
www.ethirveliyeedu.com

ISBN: 978-93-90811-26-7
Cover Design: Santhosh Narayanan
Printed at Jothy Enterprises, Chennai.

All rights reserved. No part of this book may be reprinted or reproduced or utilised in any form or by any electronic, mechanical or other means, now known or hereafter invented, including Photocopying and recording, or in any information storage or retrieval system, without permission in writing from the Publisher.

சார்லஸ் டார்வின்

- ஒரு சகாப்தத்தின் சுயசரித்திரம்

இங்கே தரப்பட்டுள்ள எனது தந்தையின் சுயசரிதை நினைவுக்குறிப்புகள் அவரது குழந்தைகளுக்காக எழுதப்பட்டவை. எப்போதேனும் பிரசுரிக்கப்படலாம் என்கிற எண்ணத்தோடு ஒருபோதும் அவை எழுதப்படவில்லை. அவ்வாறிருக்கச் சாத்தியமில்லை எனப் பலருக்குத் தோன்றலாம்; ஆனால் அவரைப் பற்றி நன்கு அறிந்தவர்களுக்கோ இது சாத்தியமான விஷயம் மட்டுமன்றி இயல்பானதும் கூட என்பது தெரிந்திருக்கும்.

"Recollections of the Development of my Mind and Character" என்ற தலைப்போடு துவங்கும் சுயசரிதம் "ஆகஸ்ட் 3, 1876: மே 28 அன்றுதான் ஹோப்டென்-இல் என் வாழ்வின் வடிவம் ஆரம்பித்தது. அதன் பிறகு, பொதுவாக மதிய நேரங்களில் ஏறக்குறைய ஒரு மணி நேரம் வரை எழுதியிருக்கிறேன்" என்ற குறிப்போடு முடியும். தனது மனைவி மற்றும் குழந்தைகளுக்காகத் தனிப்பட்ட மற்றும் நெருங்கிய வகை விவரணையாக எழுதப்பட்ட இந்தச் சுயசரிதத்தில் விலக்கப்படக் கூடிய பத்திகள் இருக்கத்தான் செய்யும் என்று புரிந்துகொள்வது எளிதாக இருக்கும். மற்றும் எந்தெந்த இடத்தில் அந்த மாதிரியான விலக்கல்கள் மேற்கொள்ளப்பட்டுள்ளன என்று சுட்டிக்காட்டத் தேவை இருக்கும் என்று நான் நினைக்கவில்லை.

– ஃபிடல் டார்வின் (டார்வினின் மகன்)

இளம் டார்வின்

ஒரு ஜெர்மன் பத்திரிகையாசிரியர் என்னுடைய மனம் மற்றும் குணத்தின் வளர்ச்சியை ஒரு சுயசரிதைக்கான வடிவத்தில் எனக்கு எழுதியிருந்தார். உண்மையில் அந்த முயற்சி என்னை மகிழ்விக்கும்; மற்றும் என் குழந்தைகள் அல்லது அவர்களின் குழந்தைகள் உண்மையில் இதில் ஆர்வமடைவார்கள் என்றும் நினைக்கிறேன். எனது தாத்தாவால் மிகச் சுருக்கமாகவும்,

சுறுசுறுப்பற்ற முறையில் அவரது மன வரைபடம் குறித்து எழுதப்பட்ட சுயசரிதையில், அவர் காலத்தில் என்ன நினைத்தார், என்ன செய்தார் மற்றும் எப்படிச் செயலாற்றினார் போன்ற விஷயங்கள் சேர்க்கப்பட்டுப் படிக்கப்பட்டிருந்தால் அத்தகைய சுயசரிதம் என்னை ஆர்வப்படுத்தியிருக்கும் (ஆனால் அப்படியில்லை). வேறொரு உலகத்தில் ஒரு இறந்த மனிதன் போல் இருந்துகொண்டு, என்னுடைய வாழ்க்கையைத் திரும்பிப் பார்க்கும் வகையில் இந்த சுயசரிதத்தை எழுத முயன்றிருக்கிறேன். என் வாழ்க்கை என்னோடு முடிந்துவிடுவதால் இதை எழுதுவதில் ஒன்றும் எனக்குச் சிரமமில்லை. என்னுடைய எழுத்து நடைக்காக நான் எந்தச் சிரமமும் எடுத்துக்கொள்ளவில்லை.

நான் 1809ஆம் ஆண்டு பிப்ரவரி 12-இல் ஸ்ரூஸ்பரியில் (Shrewsbury) பிறந்தேன். எனது ஆரம்பகால நினைவுகள் எனது நான்கு வயதை நோக்கிப் போகின்றது. நான் ஆபெர்ஜெல் (Abergele) அருகில் கடலில் குளிப்பதற்காகச் சென்றபோது, நான் பார்த்த சிற்சில, குறிப்பிட்டுச் சொல்லக்கூடிய வித்தியாசமான நிகழ்வுகள் மற்றும் இடங்களை என் நினைவுக்குக் கொண்டு வருகிறேன்.

1817இல் எனக்கு வயது எட்டுக்கும் சற்றுக் கூடுதலாக இருந்தபோது எனது தாய் மரணமடைந்தார். அவரின் மரணப் படுக்கை, கருப்பு நிற வெல்வெட் கவுன் மற்றும் மிக கவனமாகத் தயாரிக்கப்பட்ட அவர் வேலை செய்யும் மேஜை தவிர அவரைப்பற்றி எதையும் என்னால் நினைவுக்குக் கொண்டுவர முடியவில்லை. அதே வருடத்தில் ஸ்ரூஸ்பரியில் ஒரு பகல் நேர பள்ளிக்கு அனுப்பப்பட்டேன். அங்கு ஒரு வருடம் தங்கினேன். அங்கு என் தங்கை கேத்ரின்-ஐ விட நான் கற்றலில் மெதுவாக இருக்கிறேன் என்று சொன்னார்கள். ஆனால், நான் பல வகைகளில் சுட்டிப்பையனாக இருந்ததாக நம்புகிறேன்.

இயற்கையில் உள்ள அனைத்தும் இளம் டார்வினைக் கவர்ந்தன

நான் இந்தப் பகல் நேரப் பள்ளியில் சேர்ந்த அதே நேரம் இயற்கை, வரலாறு மீதான - குறிப்பாக, சேகரித்தலின் மீதான எனது விருப்பம் வளர்ந்தது. தாவரங்களின் பெயர்களை புரிந்துகொள்ள முயன்றேன்.

அனைத்து வகையான பொருள்கள், சிப்பிகள், சீல் (கடல் வாழ் பாலூட்டி), ஃப்ராங்க்ஸ், நாணயங்கள் மற்றும் கனிமங்களைச் சேமித்தேன். இதைப் போன்று சேகரிக்கின்ற பேரவா ஒருவரை முறைப்படுத்தப்பட்ட செயல்களைப் பின்பற்றுகிற இயற்கைவாதியாகவோ அல்லது ஒரு கலை வல்லுனராகவோ மாற வழிநடத்துகிறது. எனது சகோதரர்களுக்கோ அல்லது சகோதரிகளுக்கோ இந்த ரசனை இல்லாதபோது அது என்னுள் இயல்பானதாக இருந்தது.

இந்த வருடத்தில் ஒரு சிறிய நிகழ்வு என் மனதில் கச்சிதமாகப் பதிந்தது. அது என் மனசாட்சிக்கு வலியோடு கூடிய தொல்லையைக் கொடுத்தது. இந்த வயதில் நான் தாவரங்களின் பல்வகைத்தன்மையில் ஆர்வமானவனாக இருந்தேன் என்பது உண்மையில் வினோதமானது. என்னைப்போன்ற இன்னொரு பையனிடம், பாலியாந்துசஸ் (Polyanthuses) மற்றும் ப்ரைம்ரோஸ் (Primeroses) செடிகளில் நிறமுள்ள நீர்மங்களைப் பாய்ச்சுவதன் மூலம் அவைகளைப் பலவண்ணங்களில் உருவாக்க முடியும் என்று நான் சொன்னேன். உண்மையில் இது ஒரு நம்பமுடியாத கட்டுக்கதை மற்றும் அதை நான் இதற்குமுன் முயன்றதுமில்லை. ஒரு சிறிய பையனாக, வேண்டுமென்றே பொய்களைக் கண்டுபிடித்ததை நான் ஒத்துக்கொள்ள வேண்டும். இத்தகைய பொய்கள் ஒரு கிளர்வை உருவாக்கக் காரணமாக இருக்கவேண்டும் என்றே உருவாக்கப்பட்டன. உதாரணத்திற்கு, ஒருமுறை நான் நிறைய பழங்களை எனது தந்தையின் மரங்களிலிருந்து சேகரித்து ஒரு புதரின் அடியில் ஒளித்துவைத்தேன். பின்பு, நானே மறைத்துவைக்கப்பட்ட ஒரு கூடைப் பழங்களைக் கண்டுபிடித்துவிட்டதாகச் செய்தியைப் பரப்புவதற்காக மூச்சுவாங்க ஓடினேன்.

மலைகளையும் ஆறுகளையும் ஆராயும் இளம் டார்வின்

நான் முதன்முதலாகப் பள்ளிக்குச் சென்றபோது ஒரு எளிமையான சிறிய பையனாக இருந்திருக்க வேண்டும். கார்னட் (Garnett) என்ற பெயருடைய பையன் என்னை ஒருமுறை கேக் விற்கும் கடைக்குக் கூட்டிச்சென்று சில கேக்குகள் வாங்கினான். அதற்கு அவன் பணம் கொடுக்கவில்லை, ஏனென்றால் கடைக்காரர் அவனை நம்பினார். நாங்கள் கடையை விட்டு வெளியில் வரும்போது ஏன் பணம் கொடுக்கவில்லை என்று கேட்டேன். அதற்கு அவன் "நான் அணிந்திருக்கும் இந்தப் பழமையான தொப்பியை யார் அணிந்திருக்கிறாரோ மற்றும் அந்தத் தொப்பியை ஒரு குறிப்பிட்ட விதத்தில் யார் அசைக்கிறாரோ அவருக்குக் கடைக்காரர்கள் வேண்டியதெல்லாம் கொடுக்க வேண்டும் என்ற நிபந்தனையில் என் மாமா ஒரு பெரும் தொகையை ஒதுக்கி இருப்பது உனக்குத் தெரியாதா?" என்று கேட்டான். பின்பு அந்தத் தொப்பி எவ்வாறு அசைக்கப்படுகிறது என்றும் செய்து காட்டினான். இன்னொரு கடைக்குச் சென்று சில பொருட்களை வாங்கினான். பின் தொப்பியைச் சரியான முறையில் அசைத்து, பணம் கொடுக்காமல் பொருட்களைப் பெற்றான். நாங்கள் வெளியில் வரும்போது "இப்பொழுது நீயும் கேக் கடைக்குச் செல்ல விரும்பினால் நான் இந்தத் தொப்பியைத் தருகிறேன் நீயும் உன் தலையில் இதை அணிந்துகொண்டு சரியான முறையில் அசைத்தால் நீ விரும்பியதையெல்லாம் பெற்றுக்கொள்ளலாம்," என்று சொன்னான். இந்தப் பெருந்தன்மையான வாய்ப்பை மகிழ்ச்சியுடன் ஏற்றுக்கொண்டு கடைக்குச் சென்று கேக் வாங்கினேன். பின் அந்தப் பழைய தொப்பியை அசைத்துவிட்டுக் கடையை விட்டு வெளியேறிக் கொண்டிருந்தபோது, கடைக்காரர் என்னைத் துரத்திக்கொண்டு வர கேக்குகளை விட்டெறிந்து விட்டு என் உயிரைக் காப்பாற்றிக்கொள்ள ஓடினேன். எனது

இளம் டார்வினைக் கவர்ந்த பூச்சிகளின் உலகம்

பொய்யான நண்பன் கார்னட் தன் பலத்த சிரிப்பின் மூலம் என்னை வாழ்த்தியதைக் கண்டு நான் அதிர்ச்சி கலந்த ஆச்சரியமடைந்தேன்.

நான் ஒரு மனிதாபிமானம் கொண்ட பையனாகவே இருந்தேன் என்று சொல்லமுடியும். இதற்குக் காரணம் என் சகோதரிகளின் அறிவுரைகளும், எடுத்துக்காட்டுகளுமாகும். மனிதாபிமானம் என்பது இயல்பான குணமா அல்லது ஒருவருக்குள் கூடவே இருக்கும் குணமா என்று உண்மையில் நான் சந்தேகப்படுகிறேன். முட்டைகளைச் சேகரிப்பதில் எனக்கு ஆர்வமுண்டு. ஆனால், ஒருபோதும் ஒரு பறவையின் கூட்டிலிருந்து முட்டைகளை எடுத்ததே இல்லை. ஒரே ஒரு முறை முட்டைகளை எடுத்துள்ளேன். அதுவும், அவைகளின் மதிப்பிற்காக அல்ல, ஒரு வகையான சாகசத்திற்காக மட்டுமே.

மீன் பிடிப்பது எனக்கு மிகவும் பிடிக்கும். ஆறு அல்லது குளக்கரையில் அமர்ந்துகொண்டு எவ்வளவு நேரமானாலும் உட்கார்ந்து மிதவையை ரசிப்பேன். மேயெர்-இல் *(Maer)* இருந்தபோது, உப்பும் நீரும் சேர்ந்து புழுக்களைக் கொல்லும் என்று சொன்னார்கள்.

நான் எச்சிலை புழுக்கள் மீது துப்ப முயற்சித்தபோது வெற்றி வாய்ப்புகள் அவ்வளவாக இல்லை. அதன்பிறகு ஒருபோதும் நான் புழுவின் மீது துப்பியதில்லை.

பள்ளியில் இருக்கும்போது அல்லது அதற்கு முன்பு என்று நினைக்கிறேன், ஒரு முறை நான் மிகவும் கொடூரமாக நடந்து கொண்டேன். அதாவது எனது பலம் குறித்த உணர்வை அனுபவிக்க ஒரு நாய்க்குட்டியை அடித்துவிட்டேன். அந்த அடி ஒன்றும் பலமானதாக இருந்துவிடவில்லை. ஏனென்றால், அந்த நாய்க்குட்டி கத்தவில்லை. கத்தவில்லை என்பதுதான் சரி ஏனென்றால் அந்த இடம் என் வீட்டுக்குப் பக்கம்தான். அந்தச் செயல் என் மனசாட்சியில் நன்றாக உட்கார்ந்து கொண்டது. இதனை அந்தக் குற்றச்செயல் நிகழ்த்தப்பட்ட இடத்தை நான் இன்றும் சரியாக நினைவுபடுத்துவதன் மூலம் தெரிந்துகொள்ளலாம். அதன் பிறகு நாய்களின் மீதான என் பாசத்தின் மூலம் எனது செயலின் உக்கிரம் கிடத்தப்பட்டுவிட்டது. 'அதன்பிறகு' என்றில்லாமல் நீண்ட காலத்திற்கு அந்தப் பாசம் ஒரு தீவிர உணர்வாக மாறிவிட்டது. நாய்களுக்கும் இது தெரியும். ஏனென்றால் எஜமானர்களுக்குத் தெரியாமல் அவைகளின் பாசத்தைக் கொள்ளையடிப்பதில் நான் கில்லாடி.

இந்த வருடத்தில் நான் திரு. கேஸ்-னுடைய (Mr.Gas) தினப் பள்ளியில் படித்தபோது ஒரு சம்பவம் நினைவுக்கு வருகிறது. அதாவது, ஒரு பிரிட்டிஷ் குதிரைப்படை வீரரின் இறுதிச்சடங்கு. அந்த வீரரின் காலணிகள், சேணத்தில் தொங்கிக்கொண்டிருக்கும் தானியங்கித் துப்பாக்கி, இடுகாட்டில் மரியாதை நிமித்தமாக வெடிக்கப்பட்ட துப்பாக்கி என்று அனைத்தையும் ஞாபகப்படுத்தமுடிவது உண்மையில் எனக்கு ஆச்சரியமாக இருக்கிறது. இந்தக் காட்சி என்னுள் இருந்த கவித்துவக் கற்பனையை ஆழமாகத் தூண்டிவிட்டது.

1818இன் கோடைகாலத்தில் ஸ்ரூஸ்பரியில் நான் டாக்டர் பட்லர்-ருடைய (Dr.Butler) சிறந்த பள்ளிக்குச் சென்றேன். அங்கு 1825-இன் கோடைகாலம் வரை ஏழு வருடங்களுக்குத் தங்கினேன். அப்பொழுது எனக்கு வயது 16. அந்தப் பள்ளியில் தங்கியதால்தான் ஒரு உண்மையான பள்ளி மாணவனுக்கான வாழ்க்கையை வாழ்ந்து பார்ப்பதற்கான மிகப்பெரிய வாய்ப்பைப் பெற்றேன். ஆனால், என் வீட்டிலிருந்து பள்ளியின் தூரம் ஒரு மைலுக்கு மேல் இருக்கும். அதனால் பள்ளியில் இரவில் அடைத்து வைக்கப்படுவதற்கு முன்பும் அதன் பின்பும் நீண்ட இடைவேளைகளில் அடிக்கடி நான் வீட்டுக்கு ஓடினேன். இது, குடும்ப அன்பையும், நலனையும் காத்து நிற்க பிரயோசனமாக இருந்தது என்று நினைக்கிறேன். என் பள்ளி வாழ்வின் ஆரம்பக் கட்டத்தில் நேரத்திற்குப் பள்ளி செல்ல நான் அடிக்கடி மிக விரைவாக ஓட வேண்டியிருந்தது. பொதுவாக, வெற்றிகரமான ஓட்டக்காரனாகவே இருந்தேன். நேரத்திற்குப் பள்ளி வந்துவிடுவோமா என்று சந்தேகம் வரும்போது பிரயத்தனப்பட்டுக் கடவுளை வேண்டினேன். நேரத்திற்கு வந்துவிட்ட என் வெற்றியை என்னுடைய ஓட்டத்திற்கு அல்லாமல் என்னுடைய பிரார்த்தனைக்கே சமர்ப்பிப்பேன். நான் எவ்வாறு கடவுளால் உதவப்பட்டேன் என்று ஆச்சரியமடைந்தேன்!

நான் சின்னப் பையனாக இருந்தபோது நீண்ட தூரம் தனிமையாக நடப்பதை மிகவும் விரும்பியதாக என் தந்தையும் மூத்த சகோதரியும் சொல்லக் கேட்டிருக்கிறேன். ஆனால், அதைப்பற்றி நான் என்ன நினைத்தேன் என்று எனக்குத் தெரியாது. நான் அடிக்கடி ஒரு விஷயத்தை ஆழ்ந்து கிரகிப்பவனாக இருந்தேன். ஒருமுறை ஒரு பாதையில் ஸ்ரூஸ்பரியைச் சுற்றி உள்ள பழைய கோட்டைகளின் உச்சியில் உள்ள

பள்ளிக்குத் திரும்பிக்கொண்டிருந்தேன். அந்தப் பாதை பொதுமக்களுக்கான பாதையாக இருந்தாலும் அந்தப் பாதைக்கு கைப்பிடிச்சுவர் ஒரு பக்கம் கூடக் கிடையாது. நான் தவறி தரையில் வந்து விழுந்துவிட்டேன். உயரம் ஏழு அல்லது எட்டு அடிதான். இருப்பினும், மிகவும் குறுகிய ஆனால், திடீரென்ற மற்றும் எதிர்பாராமல் ஏற்பட்ட இந்தச் சறுக்கலின்போது என் மனதில் கடந்து சென்ற எண்ணங்கள் உண்மையில் ஆச்சரியப்படத்தக்கவைகள். ஒவ்வொரு சிந்தனைக்கும் ஒரு குறிப்பிட்ட நேரம் தேவைப்படும் என்று உளவியலாளர்கள் நிரூபித்திருக்கிற விஷயத்தோடு ஒத்துப்போகமுடியாதவாறு இருக்கின்றன என் எண்ணங்கள் என்று நான் நம்புகிறேன்.

என்னுடைய மன வளர்ச்சிக்கு டாக்டர் பட்லர்-உடைய பள்ளியை விட வேறெதுவும் தடையாக இருந்திருக்கமுடியாது. ஏனென்றால் அப்பள்ளி முற்றிலும் புராதனமானது; கொஞ்சம் புராதன பூகோளவியலும், வரலாறும் கற்றுக்கொடுக்கப்பட்டன. கல்வி கற்றுக்கொடுக்கும் வகையில் இந்தப் பள்ளி என்னைப் பொறுத்தவரை ஒரு வெற்றிடம்தான். என் வாழ்க்கை முழுவதும் எந்த ஒரு மொழியிலும் தனியாக மேதமை பெற இயலாதவனாகவே இருந்தேன். செய்யுள் எழுதுவதற்குச் சிறப்புக்கவனமும் எடுக்கப்பட்டது. அதை ஒருபோதும் சிறப்பாகச் செய்ததில்லை. எனக்கு நிறைய நண்பர்கள் இருந்தார்கள். எனக்கு ஒரு பழைய செய்யுள் புத்தகங்களின் திரட்டுக் கிடைத்தது. அவைகளை ஒட்டி- சில சமயம் பையன்களின் உதவியோடு- மற்ற பாடங்களுக்கு விடை காண பயன்படுத்திக்கொண்டேன். முந்தைய நாள் பாடத்தை மனப்பாடம் செய்ய அதிக முயற்சியும் மேற்கொண்டேன். மிகவும் எளிதாக விர்ஜில் *(Virgil)* மற்றும் ஹோமர் *(Homer)* ஆகியோரின் செய்யுள்களில் நாற்பது ஐம்பது வரிகளைக் கற்றுக்கொள்ளமுடிந்தது. ஆனால், இந்தப் பயிற்சி முற்றிலும் பயனற்ற ஒன்றாக

இருந்தது. ஏனென்றால் ஒவ்வொரு செய்யுளும் ஒவ்வொரு 48 மணி நேரத்தில் மறந்துவிடும். நான் ஒன்றும் சும்மா இருக்கவில்லை. செய்யுள் இயற்றுவதைத் தவிர, புராதன இலக்கியங்களின் பால் முழு மனதுடன், பொழிப்புரையைப் பயன்படுத்தாமலேயே செயல்பட்டேன். இந்தப் படிப்பிலிருந்து நான் பெற்ற ஒரே மகிழ்ச்சி ஹொராஸ்-னுடைய (Horace) தூது வகை பாடல்களைப் படித்ததுதான். இந்தப் பாடல்களை நான் மிகவும் போற்றினேன்.

நான் பள்ளியை விட்டு வெளியேறி போது அதிக உயரமாகவோ, குள்ளமாகவோ இல்லாமல் என் வயதிற்கேற்றவாறு இருந்தேன். பொதுவான அறிவுத்தரத்திற்குச் சற்றுக் குறைவான பையனாகவே, நான் என்னுடைய ஆசிரியர்கள் மற்றும் என் தந்தையால் கருதப்பட்டேன் என்று நம்புகிறேன். என்னை மிகவும் இழிவுபடுத்தும் வகையில் என் தந்தை ஒரு முறை என்னிடம் "நீ சுடுதல், நாய் அல்லது எலி பிடித்தல் போன்ற விஷயங்களைத் தவிர வேறெதற்கும் கவனம் எடுப்பதில்லை. நீ உனக்கும் உன்னுடைய குடும்பத்திற்கும் ஒரு அவமானமாக இருப்பாய்" என்றார். நான் இதற்கு முன்னெப்போதும் பார்த்திடாத ஒரு இரக்கமான மனிதரான அவர், நான் நேசித்த அவர் அத்தகைய நியாமற்ற வார்த்தைகளைப் பயன்படுத்தியபோது உண்மையில் அவர் கோபமாக இருந்திருக்க வேண்டும்.

எனக்குப் பலவிதமான ரசனைகள் இருந்தன. எவை எவைகளெல்லாம் என்னை ஆர்வப்படுத்தியதோ அவைகளின் மூலம் கிடைத்த உற்சாகம், எவ்வளவு சிக்கலான பாடமாகவோ அல்லது பொருளாகவோ இருந்தாலும் அதைப் புரிந்துகொள்ளவேண்டும் என்கிற ஆர்வம் போன்றவைகள்தான் என் பள்ளி வாழ்க்கையைத் திரும்பிப் பார்க்கும்போது, அப்பருவத்தில் என் எதிர்காலத்திற்கு உறுதியளித்த குணங்களாக நான்

பார்க்கிறேன். ஒரு ஆசிரியர் அமர்த்தப்பட்டு எனக்கு யூக்லிட் (Euclid) பயிற்றுவிக்கப்பட்டது. ஜியோமிதி நிரூபணங்கள் எனக்களித்த முழுத் திருப்தியைத் தெளிவாக என்னால் இன்றும் நினைவு கூறமுடியும். அதே தெளிவுடன் பரோமீட்டரில் (Barometer) உள்ள வெர்னியரின் தத்துவத்தை எனது மாமா விளக்கி எனக்களித்த மகிழ்ச்சியை நினைவுகூர்கிறேன். பலதரப்பட்ட ரசனைகளில் ஒன்றாக, அறிவியல் புத்தகங்கள் படிப்பதில் ஆர்வமாக இருந்தேன். என் பள்ளியில் உள்ள பெரிய சுவரின் பழைய ஜன்னல் அருகில் அமர்ந்துகொண்டு மணிக்கணக்காக ஷேக்ஸ்பியரின் (Shakespeare) நாடகங்களைப் படிப்பதை வழக்கமாகக் கொண்டேன். தாம்சனுடைய (Thomsan) பாடல்கள் (Seasons உட்பட), சமீபத்தில் பிரசுரிக்கப்பட்ட பைரன் (Byron) மற்றும் ஸ்காட்-னுடைய (Scott) கவிதைகள் அனைத்தையும் படித்தேன். இதை ஏன் சொல்கிறேன் என்றால், என் வாழ்க்கை முழுவதும் ஷேக்ஸ்பியரின் நாடகங்கள் உட்பட அனைத்தையும் படிப்பதன் மூலம் கிடைத்த மகிழ்ச்சியை இழந்தேன். இயற்கை காட்சிகளிலிருந்து கிடைக்கின்ற மகிழ்ச்சி என் மனதில் 1822இல் வேல்ஸ்-னுடைய (Wales) எல்லையோரம் மேற்கொண்ட சுற்றுப்பயணத்தின்போது எழுந்தது. இந்த மகிழ்ச்சி மற்றெந்த அழகுணர்ச்சி சார்ந்த மகிழ்ச்சியை விடவும் நீண்ட காலம் நிலைத்திருக்கிறது.

எனது ஆரம்பகாலப் பள்ளி நாட்களில் நான் அவ்வப்போது படித்த Wonders of the World என்ற புத்தகத்தை ஒரு பையன் வைத்திருந்தான். நான் மற்ற மாணவர்களுடன் அந்தப் புத்தகத்தில் கூறப்பட்டுள்ள சில தகவல்களின் உண்மைத்தன்மை குறித்து வாதம் செய்தேன். இந்தப் புத்தகம்தான் எனக்குப் பழமையான நாடுகளுக்குப் பயணம் செய்யும் ஆசையைக் கொடுத்தது என்று நினைக்கிறேன். இந்த ஆசை கடைசியாக பீகிள்

தீவிர பறவை ஆர்வலராக இளம் டார்வின்

(Beagle) கப்பற் பயணம் மூலம் நிறைவேற்றப்பட்டது. எனது பள்ளி வாழ்க்கையின் பிற்பகுதியில் நான் வேட்டையாடுதலில் தீவிர ஆர்வம் கொண்டேன். நான் பறவைகளைச் சுடுவதன் மூலம் கிடைக்கும் உற்சாகத்தை விட வேறு யாரும் அவர்களுடைய புனிதமான காரணங்களுக்காக உற்சாகம் காட்டியிருப்பார்கள் என்றால் நான் நம்பமாட்டேன். நான் சுட்ட முதல் பறவையை எப்படி இன்னமும் நினைவு கூர்கிறேன்! அந்தப் பரவசத்தில் துப்பாக்கியில் தோட்டாவை நிரப்பும்போது என் கைகள் நடுங்கின. இந்த ரசனை நீண்ட காலம் நீடித்தது; நான் ஒரு தலைசிறந்த துப்பாக்கிச் சுடுபவனாக ஆனேன். நான் கேம்பிரிஜ் -இல் *(Cambridge)* இருக்கும்போது துப்பாக்கியை எனது தோள்பட்டை உயரத்திற்குத் தூக்கிப்போட்டு நேராகத் தூக்கிப்போட்டேனா என்று கண்ணாடியின் முன் நின்றுகொண்டு பயிற்சி எடுப்பதை வழக்கமாகக் கொண்டேன். மற்றும் ஒரு நண்பனைக்கொண்டு எரியும் மெழுகுவர்த்தியை அசைக்கச்செய்து அதன் முனையில் ஒரு தொப்பியைக்கொண்டு மூடியபின் அந்த இடத்தில் சுடுவேன். குறி சரியாக இருந்தால் மெழுகுவர்த்தியிலிருந்து சிறிய அளவில் புகை வெளியாகும். தொப்பி வெடிக்கும் சத்தம் ஒரு துல்லியமான சிதறலை எழுப்பியது. "இது ஒரு அசாதாரணமான விஷயம், திரு. டார்வின் அவரது அறையில் குதிரை சாட்டையைப் பயன்படுத்தி அடிப்பதில் மணிக்கணக்கில் செலவிடுவதை நான் அவ்வப்போது அந்தப்பக்கம் போகும்போது கேட்டிருக்கிறேன்" என்று எனது கல்லூரி ஆசிரியர் சொன்னதாக எனக்குச் சொல்லப்பட்டது.

பள்ளி மாணவர்களிடையே எனக்கு நிறைய நண்பர்கள் இருந்தனர். அவர்களை நான் மிகவும் நேசித்தேன். என்னுடைய குணம் மிகவும் அன்புள்ளதாக அப்பொழுது இருந்தது என்று நினைக்கிறேன்.

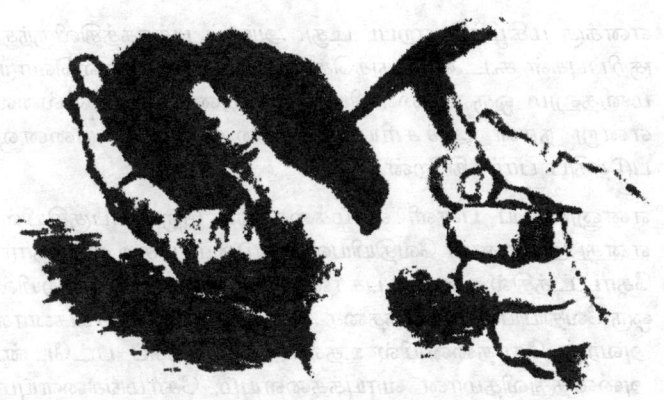

சேகரிக்கப்பட்ட பாறைகளை ஆய்வு செய்யும் டார்வின்

அறிவியலைப் பொறுத்தவரையில் நான் மிகுந்த உற்சாகத்துடன் இருந்தாலும் அறிவியல் பூர்வமற்ற முறையில் கனிமங்களைச் சேகரிப்பதைத் தொடர்ந்தேன். புதிதாகப் பெயரிடப்பட்ட கனிமத்தைப் பற்றிதான் நான் கவனம் கொண்டேன். அவைகளை ஒருபோதும் வகைப்படுத்த நான் முயற்சிக்கவில்லை. பூச்சிகளை நான் சற்றுக் குறைவாகவே கவனித்திருக்க வேண்டும். எனக்குப் பத்து வயது இருக்கும்போது வேல்ஸ் கடற்கரையில் உள்ள ப்லாஸ் எட்வர்ட்ஸ் *(Plas Edwards)* என்ற இடத்திற்குச் சென்றேன். சிவப்பு நிற மூட்டைப்பூச்சிகள், நிறைய அந்துப்பூச்சிகள், ஒரு சிசிண்டெலா *(Cicindela)* பூச்சியைக் கண்டதும் எனக்கு ஆர்வமும் ஆச்சரியமும் ஏற்பட்டது. இவைகள் ஷ்ராப்சயரில் *(Shropshire)* காணப்படுவதில்லை. அதன்பிறகு என்னுடைய சகோதரியிடம் ஆலோசிப்பதற்காக அனைத்து இறந்த பூச்சிகளையும் சேகரிக்கத் தயாரானேன். சேகரிப்பதற்காகவென்று பூச்சிகளைக் கொல்லக்கூடாது என்று முடிவுக்கு வந்தேன். ஒயிட் *(White)* அவர்களின் *Selborne* என்ற புத்தகத்தைப் படித்ததிலிருந்து பறவைகளை கவனிப்பதில்

எனக்கு மகிழ்ச்சி ஏற்பட்டது. அந்தப் புத்தகத்திலிருந்து குறிப்புகள் கூட எடுத்துக்கொண்டேன். ஏன் ஒவ்வொரு மனிதனும் ஒரு பறவையியல் வல்லுனராக வரவில்லை என்று நான் ஆச்சரியப்பட்டதை இன்று நினைவு படுத்திப் பார்க்கிறேன்.

என்னுடைய பள்ளி வாழ்க்கையின் இறுதிப்பகுதியில், எனது அண்ணன் வேதியியலில் கடுமையாக உழைத்தார். தோட்டத்தில் உள்ள உபகரணங்கள் வைக்கும் அறையில் ஒரு வேதியியல் ஆய்வகத்தை அமைத்தார். ஒரு சேவகனாக அவரது சோதனையில் உதவ அனுமதிக்கப் பட்டேன். அனைத்துவிதமான வாயுக்களையும், சேர்மங்களையும் அவர் தயாரித்தார். நான் ஹென்றி மற்றும் பார்க்ஸ்-னுடைய *(Henry and Parkes) Chemical Catachism* போன்ற வேதியியல் சார்ந்த புத்தகத்தைக் கவனத்துடன் படித்தேன். உண்மையில் அந்தப் பாடம் என்னை ஆகர்சித்தது. தினமும் நாங்கள் பின்னிரவில்தான் வீடு திரும்புவோம். சோதனை அறிவியலின் அர்த்தம் என்ன என்று அனுபவப்பூர்வமாக காட்டிய இந்தப் பகுதிதான் எனது பள்ளிக்கல்வியில் சிறந்த பகுதி. நானும் எனது சகோதரரும் வேதியியலில் ஒன்றாகச் செயலாற்றிய விஷயம் பள்ளிக்குப் பரவியது. எல்லோரும் என்னை வாயு *(Mr.Gas)* என்று பட்டப்பெயரிட்டு அழைத்தார்கள். ஒருமுறை பள்ளித்தலைமையாசிரியர் டாக்டர். பட்லர் *(Dr.Butler)* நான் என்னுடைய நேரத்தைப் பயனில்லாத பாடங்களில் வீணடிப்பதாக என்னைக் கண்டித்தார். அவர் என்னை நியாயமற்ற முறையில் “போகோ கூரண்ட்” (பொறுப்பற்றவனே) என்று அழைத்தார். எனக்கு அது ஒரு பயம் கலந்த கண்டிப்பாகத் தோன்றியது.

நான் பள்ளியில் சரியாகப் படிக்காததால் எனது தந்தை சிறிய வயதிலேயே என்னைப் பள்ளியிலிருந்து அழைத்துச் சென்று என்னுடைய மற்றொரு சகோதரருடன் எடின்பர்க் *(Edinburgh)* பல்கலைக்கழகத்தில் சேர்த்து

இளம் டார்வினை வசீகரித்த பறவைகள்

விட்டார். அங்கு நான் இரண்டு வருடங்கள் தங்கினேன். எனது சகோதரர் அங்கு மருத்துவம் பயின்றுகொண்டிருந்தார். அவர் மருத்துவத்தை முடிப்பார் என்று நான் நம்பவில்லை, இருப்பினும் அவரோடு சேர்ந்து படிக்க நான் அனுப்பப்பட்டேன். இந்தக் காலத்திற்குபின், நான் என்னை ஒரு போதும் பணக்காரனாக கற்பனை செய்து கொள்ளாவிட்டாலும், பல சந்தர்ப்ப சூழல்களைப் பார்த்தபோது எனது தந்தை என் வாழ்க்கைக்கென்று போதுமான சொத்துகளை விட்டுக்கொடுப்பார் என்று நம்பத் தொடங்கினேன். இந்த நம்பிக்கை ஒன்றே நான் மருத்துவம் கற்றுக் கொள்ள எடுக்கிற எந்தக் கடுமையான முயற்சியையும் தடை செய்யப் போதுமானதாக இருந்தது.

எடின்பர்க்கில் போதனை, மொத்தத்தில் பிரசங்கம்தான். இந்தப் பிரசங்கங்கள் வேதியியலில் ஹோப்-ஐ *(Hope)* தவிர அனைத்தும் சகிக்க முடியாதபடி மந்தமாக இருந்தன. வாசித்தலோடு ஒப்பிடுகையில் பிரசங்கத்தில் எந்தப் பிரயோசனமும் இல்லை என்று என் மனதுக்குத் தோன்றியது. அதுவும் குளிர்காலத்தில் காலை 8 மணிக்கு மெடீரியா மெடிகா *(Materia Medica)* பற்றி டாக்டர். டங்கன் *(Dr. Duncan)* அவர்களின் பிரசங்கத்தை நினைத்துப்பார்க்கவே பயமாக இருக்கிறது. டாக்டர். மன்றோ-வின் *(Dr.Munro)* உடற்கூறியல் பாடம் பற்றிய பிரசங்கம் அவரைப்போலவே மந்தமாக இருந்தது. அந்தப் பாடம் எனக்கு வெறுப்பை ஏற்படுத்தியது. என் வாழ்க்கையில் எனக்கு நேர்ந்த தீங்குகளில் முக்கியமான ஒன்று உயிரினங்களைக் கூறாய்வு செய்வதில் எனக்கு ஆர்வமில்லாமல் போனதுதான். அதன்மூலம் கூறாய்வின் மீதான வெறுப்பை நான் வென்றெடுத்திருக்க முடியும் மற்றும் இந்தப் பயிற்சி என் எதிர்கால செயல்பாடுகளுக்கு மதிப்புமிக்க ஒன்றாக இருந்திருக்க முடியும். உண்மையில் இது ஒரு குணப்படுத்தமுடியாத தீங்கு. நான் கிளினிக் வார்டுகளுக்குத் தொடர்ந்து சென்று வந்தேன். சில நிகழ்வுகள் என்னைப் பெரிய அளவில் தொல்லைக்குட்படுத்தின. அவைகளில் சிலவற்றின் காட்சிகள் இன்னும் என் கண்முன் நிற்கின்றன. ஆனால் இவைகள் எனது வருகையைக் குறைக்குமளவிற்கு அனுமதிக்க நான் ஒன்றும் முட்டாளாக இல்லை. மருத்துவக்கல்வியின் இந்தப் பகுதி மட்டும் ஏன் என்னில் இந்த அளவிற்கு ஆர்வத்தை ஏற்படுத்தவில்லை என்று என்னால் புரிந்துகொள்ள முடியவில்லை. எடின்பெர்க்குக்கு வருவதற்கு முன்னால் கோடைகாலத்தில் ஸ்ரூஸ்பெரியில் உள்ள ஏழை மக்களுக்கு - குறிப்பாக, குழந்தைகளுக்கும் பெண்களுக்கும் வைத்தியம் பார்த்தேன். ஒவ்வொரு நோயாளி பற்றியும்

எவ்வளவு விவரம் எழுத முடியுமோ அவ்வளவு விவரங்களை எழுதி எனது தந்தையிடம் சத்தமாக வாசித்துக் காண்பித்தேன். எனது தந்தை மேலும் விவரங்கள் கேட்டு எந்த மருந்து கொடுக்க வேண்டும் என்று ஆலோசனை வழங்கினார். ஒரு நேரத்தில் டஜன் நோயாளிகள் என்னிடம் இருந்தனர். எனக்கு இந்தப் பணியில் ஆர்வம் அதிகமானது. அதுவரை ஒரு சிறந்த நீதிமான் என்று நானறிந்திருந்த எனது தந்தை நான் ஒரு வெற்றிகரமான மருத்துவனாக வருவேன் என்று அறிவித்தார். அதாவது நிறைய நோயாளிகளைப் பெறுவேன். வெற்றியின் தலையாய தனிப்பொருள் உணர்ச்சி பெருக்கெடுக்கிற நம்பிக்கைதான் என்று அவர் சொன்னார். ஆனால், அவர் என்னில் கண்ட, அவர் நம்பிய விஷயம் என்னவென்றால், நான் நம்பிக்கையை உருவாக்கிக்கொள்ளவேண்டும் என்பதுதான். எடின்பர்க்கில் இரண்டு சந்தர்ப்பங்களில் அறுவை சிகிச்சை நடைபெறும் அரங்கிற்குச் சென்று இரண்டு மோசமான அறுவை சிகிச்சைகளைப் பார்க்க நேர்ந்தது. அதில் ஒன்று குழந்தைக்கானது. அந்த அறுவை சிகிச்சை முடியும் முன்னரே நான் விரைந்து வெளியேறிவிட்டேன். நான் அந்த இடத்திற்கு மீண்டும் செல்ல தூண்டுகோலாக எந்த விஷயமும் இல்லாததால் ஒருபோதும் அந்த இடத்திற்குச் செல்லவில்லை. குளோரோஃபார்ம் (Chloroform) வருவதற்கு முன் நடந்த சம்பவங்கள் இவைகள். இந்த இரண்டு நிகழ்வுகளும் நீண்ட காலத்திற்கு என் மனதில் உலவிக்கொண்டிருந்தன.

என்னுடைய சகோதரர் பல்கலைக்கழகத்தில் ஒரு வருடம்தான் தங்கினார். இரண்டாம் வருடத்தில் எனக்குச் சொந்தமான பொருள்களோடு நான் விடப்பட்டேன். இது ஒரு சாதகமான அம்சம். இயற்கை விஞ்ஞானத்தில் ஆர்வமுள்ள பல இளைஞர்களின் பழக்கம் கிடைக்க இது ஒரு வாய்ப்பாக அமைந்தது.

அவர்களில் ஒருவர் ஐன்ஸ்வொர்த் *(Ainsworth)*, இவர் பிற்காலத்தில் தனது பயணங்கள் பற்றி ஆஸ்ஸிரியாவில் *(Assyria)* ஒரு புத்தகத்தைப் பிரசுரித்தார். இவர் ஒரு வெர்னரியன் புவியியலாளர் *(Wernerian Geologist)* மற்றும் பல விஷயங்கள் குறித்துக் குறைவாகவே தெரிந்து வைத்திருந்தார். டாக்டர். கோல்ட்ஸ்ட்ரீம் *(Dr.Coldstream)*, இளமையான, பணிவு மற்றும் பண்பான, மதப்பற்று உடைய கனிவான உள்ளத்தவர். அவர் பிற்காலத்தில் விலங்கியல் சார்ந்த சில சிறந்த கட்டுரைகளைப் பிரசுரித்தார். அடுத்து ஹார்டீ *(Hardie)*, இவர் சிறந்த தாவரவியல் வல்லுனராக உருவாகியிருக்க வேண்டும். ஆனால், இளமையிலேயே இந்தியாவில் இறந்துவிட்டார். கடைசியாக, டாக்டர். க்ராண்ட் *(Grant)*, பல வருடங்கள் எனக்கு மூத்தவர். ஆனால் இவரோடு எனக்கு எப்படிப் பழக்கம் ஏற்பட்டது என்பதை மறக்க முடியாது. இவர் விலங்கியலில் சில முதல் தரமான தொகுப்புகளை வெளியிட்டார். லண்டனில் உள்ள பல்கலைக்கழக கல்லூரிக்குப் பேராசிரியராக வந்தபின்பு அவர் அறிவியலுக்கென்று எதுவும் செய்யாதது ஏன் என்பது என்னால் விளங்கிக்கொள்ள முடியாத உண்மையும் கூட. அவரை எனக்குத் தெரியும்; வாட்டமுடன் தெரிவார்; ஆனால் இந்த வெளித்தோற்ற அடுக்கின்கீழ் நிறைந்த உற்சாகம் இருக்கும். ஒரு நாள் நாங்களிருவரும் நடந்துசென்று கொண்டிருந்தபோது லாமார்க் *(Lamarck)* அவர்களின் பரிணாமம் பற்றிய கருத்துகளைப் பற்றி விதந்தோதிப் பேசினார். நான் அமைதியாக வியப்போடு அவரைக் கவனித்தேன். நான் ஏற்கனவே என் தாத்தாவினுடைய சூனோமியா *(Zoonomia)* என்ற புத்தகத்தைப் பற்றிப் படித்திருந்தேன். அதிலும் லாமார்க் சொன்ன விஷயங்கள் இருந்தன. ஆனால், அவைகள் என்னில் எந்த விளைவையும் ஏற்படுத்தவில்லை. இருப்பினும் என் வாழ்வின் ஆரம்ப கட்டத்தில்

பின்பற்றப்பட்ட, புகழப்பட்ட இத்தகைய கருத்துகள், அவைகளை என்னுடைய உயிரினங்களின் தோற்றம் (origin of Species) என்ற படைப்பில் வேறு வடிவத்தில் தூக்கிப்பிடிப்பதில் உதவிகரமாக இருந்திருக்கலாம். இந்த நேரத்தில் நான் சூனோமியா-வைப்

பெருமளவில் புகழ்ந்தேன். பத்து அல்லது பதினைந்து வருட இடைவெளியில் அப் புத்தகத்தை மீண்டும் படித்தபோது நான் மிகுந்த ஏமாற்றத்திற்கு உள்ளானேன். ஏனென்றால் அதில் கூறப்பட்டுள்ள உண்மைகளுக்கான நிரூபணங்களில் ஊகத்தின் விகிதம் மிக அதிகம்.

டாக்டர். க்ராண்ட் மற்றும் கோல்ட்ஸ்ரிம் கடல்சார் விலங்கியலில் கவனம் செலுத்தினர். நான் சில சமயங்களில் டாக்டர்.க்ராண்ட் உடன் சிறு சிறு விலங்குகளைச் சேகரிக்க கடல் நீர் நிரம்பிய குளங்களுக்குச் செல்வேன். அவைகளை என்னால் முடிந்த அளவுக்குக் கூறாய்வு செய்வேன். நியூஹெவன் *(NewHaven)* மீனவர்கள் சிலருடன் பழக்கம் ஏற்படுத்திக் கொண்டேன். சில நேரங்களில் அவர்கள் சிப்பிகளைத் *(Oyster)* தேடிச் செல்லும்போது நானும் செல்வேன். அதன் மூலம் நிறைய மாதிரிகளைப் பெறமுடிந்தது. ஆனால், கூறாய்வு செய்வதில் தொடர்ந்த பயிற்சி இல்லாததாலும், ஒரு பாழாய்ப்போன நுண்ணோக்கியை வைத்திருந்ததாலும் என்னுடைய முயற்சிகள் மிகவும் மோசமான நிலையிலேயே இருந்தன. இருப்பினும், ஏறக்குறைய 1826ஆம் வருடத்தின் ஆரம்பத்தில் ஒரு வியப்பு மிக்க கண்டுபிடிப்பை நிகழ்த்தி அதன் மீது ஒரு சிறிய ஆராய்ச்சிக் கட்டுரையை ப்ளினியன் கழகத்திற்கு *(Plinian Society)* முன் வாசித்தேன். அதாவது, ஃப்லஸ்ட்ரா *(Flustra)* வினுடைய சினை முட்டை *(Ova)* தன்னியல்பான இயக்கத்தை கசையிழை *(Cilia)* மூலம் பெற்றது என்று கட்டுரையில் கூறினேன். ஃபூகஸ் லோரெஸ் *(Fucus loreus)* இன் இளம் நிலை என்று கருதப்பட்ட சிறிய உருளைவடிவ உடலங்கள் பாண்டோப் டெல்லா ம்யூரிகாட்டா *(Pontobdella muricata)* புழு போன்றவைகளின் முட்டை அறைகள்தான் என்று இன்னொரு கட்டுரையில் காட்டினேன்.

பிளினியன் சமூகத்தை, பேராசிரியர் ஜேம்சன் ஆரம்பித்து அதை ஊக்கப்படுத்தினார் என்று நினைக்கிறேன். இது மாணவர்களை உள்ளடக்கியது; இவர்கள் பல்கலைக் கழகத்தின் ஒரு கீழ் அறையில் இயற்கை அறிவியல் பற்றிய கட்டுரைகளைப் படிக்கவும் அவைகளை விவாதிக்கவும் அங்கே கூடுவார்கள். நான் தவறாமல் அதில் கலந்து கொண்டேன். இத்தகைய சந்திப்புகள் என்னுடைய ஆர்வம் தூண்டப்படுவதில் பெரிய தாக்கத்தை ஏற்படுத்தின. அதன் மூலம் இதயப்பூர்வமான நட்புகள் அங்கே கிடைத்தன. குறுஞ்சமூகத்திற்குள் மட்டுமே வாசிக்கப்பட்ட என்னுடைய கட்டுரைகள் இன்னும் புத்தக வடிவம் பெறவில்லை. ஆகையால் எனக்கு என்னுடைய கட்டுரையைப் புத்தக வடிவில் பார்க்காததின் அதிருப்தி இருந்தது. ஆனால், டாக்டர். க்ராண்ட் ஃப்லஸ்ட்ரா பற்றிய தன்னுடைய அற்புதமான நினைவுக்குறிப்பில் எனது சிறிய கண்டுபிடிப்பைக் குறிப்பிட்டிருந்தார் என்று நான் நினைக்கிறேன்.

ராயல் மருத்துவக் கழகத்தில் *(Royal Medical Society)* நான் உறுப்பினராக இருந்தேன். அங்கு அடிக்கடி சென்றேன். அங்கே பேசப்பட்டவைகள் பிரத்தியேகமாக, மருத்துவம் சார்ந்ததாக இருந்ததால் நான் அவைகளைப் பற்றி அதிகக் கவனம் எடுத்துக்கொள்ளவில்லை. தேவையில்லாதவைகள் நிறைய பேசப்பட்டன; ஆனால் சில நல்ல பேச்சாளர்களும் இருந்தனர். அவர்களில் முக்கியமானவர் காலஞ்சென்ற சர். ஜே. காய்- ஷட்டில் ஓர்த் *(Sir J. Kay- Shuttleworth)* டாக்டர்.க்ராண்ட் என்னை அவ்வப்போது வெர்னரியன் கழகத்திற்கும் *(Wernerian Society)* அழைத்துச்சென்றார். அங்கு இயற்கை வரலாறு பற்றிய கட்டுரைகள் வாசிக்கப்பட்டு விவாதிக்கப்பட்டன. அதன்பிறகு அவைகள் பிரசுரிக்கப்பட்டன. வாட்டர்டன் *(Waterton)* என்ற கருப்பினத்தவரைப் பார்த்துப் பரிகாசம் செய்த வட

அமெரிக்க பறவையைப் பற்றி ஆடுபான் (*Audubon*) தனது உரையில் சொன்னதைக் கேட்டேன். எடின்பர்க்கில் ஒரு கருப்பினத்தவர் வாழ்ந்திருந்திருக்கிறார். அவர் வாட்டர்டனுடன் பயணித்துத் தனது உணவுக்காகப் பறவைகளைக் கொன்று இரையாக்கியிருக்கிறார். இந்த வேலையை அவர் சிறப்பாகவும் செய்திருக்கிறார். அவருக்குப் பணம் கொடுத்து சில பாடங்களைக் கற்றேன். அவர் ஒரு இன்முகத்தவர் மற்றும் அறிவாளி; அவ்வப்போது அவரோடு அமர்ந்து உரையாடுவதை வழக்கமாக்கியிருந்தேன்.

திரு. லியோனார்ட் (*Mr.Leonard*) ஒருமுறை என்னை எடின்பெர்க் ராயல் சொசைடி (*Edinburgh Royal Society*) கூட்டத்திற்கு அழைத்துச் சென்றார். அங்கு மேடையில் தலைவராக சர் வால்டர் ஸ்காட் (*Sir Walter Scott*) அமர்ந்திருந்ததைப் பார்த்தேன். அவர் தாம் தலைமை பொறுப்பு ஏற்குமளவிற்குத் தகுதியானவனாக உணராததற்காகக் கூட்டத்திடம் மன்னிப்புக் கோரினார். அந்தக் காட்சி முழுவதையும் பயத்துடனும் மரியாதையுடனும் கவனித்தேன். அந்த நேரத்தில் என்னிடம் யாரேனும் நீயும் இதைப்போல் ஒரு நாள் பெருமைப்படுத்தப்படுவாய் என்று கூறியிருந்தால், நீ இங்கிலாந்து நாட்டின் அரசனாகத் தேர்ந்தெடுக்கப் படுவாய் என்று யாரேனும் என்னிடம் சொல்லியிருந்தால் என்ன நினைத்திருப்பேனோ அதைப்போல் இதையும் ஒரு நகைப்பிற்கிடமான, சாத்தியமல்லாத விஷயம் என்றே நினைத்திருப்பேன்.

எடின்பெர்க்கில் நான் இரண்டாவது வருடம் படிக்கும்போது ஜேம்சனுடைய புவியியல் மற்றும் விலங்கியல் விரிவுரைகளைக் கேட்டேன். ஆனால் அவைகள் மிகவும் மந்தமாக இருந்தன. இனிமேல் ஒருபோதும் எவ்வளவு காலம் முடியுமோ அந்த அளவிற்கு புவியியல் பற்றிய எந்தப் புத்தகத்தையும் படிக்கக்கூடாது

என்கின்ற அளவில்தான் அந்த விரிவுரைகள் என்னில் பாதிப்பை ஏற்படுத்தின. எனது பாடத்தைத் தத்துவார்த்த ரீதியில் அணுகும் அளவிற்கு நான் தயாராகியிருந்தேன். ஷ்ரூஸ்பெரியில் மலைகள் பற்றி நிறைந்த அறிவுடைய, வயதான திரு. காட்டன் (Mr.Cotton) என்பவர், இரண்டு அல்லது மூன்று ஆண்டுகளுக்கு முன்பு பெல் ஸ்டோன் (Bell Stone) என்று அழைக்கப்பட்ட புகழ்பெற்ற, ஒழுங்கற்ற மலைக்குன்றைப்பற்றி என்னிடம் சுட்டிக்காட்டியிருந்தார். அருகாமையில் இந்த மலையைப்போல் வேறெந்த மலையும் இல்லை என்றும் என்னிடம் கூறினார். இந்த மலை எங்கிருந்து வந்தது, இப்பொழுது எங்கு இருக்கிறது என்று ஒருவர் விளக்குவதற்கு முன்னால் இந்த உலகம் ஒரு முடிவுக்கு வந்து விடும் என்று பயபக்தியோடு கூறினார். இது என்னுள் ஒரு ஆழ்ந்த தாக்கத்தை ஏற்படுத்தியது. இத்தகைய அதிசயிக்கத்தக்க கல்லின் மேல் நான் உட்கார்ந்து தியானம் செய்தேன். சிறிய மலைக்குன்றுகளை இடம்பெயரச்செய்யும் பனிப்பாறைகளின் செயல் பற்றி முதன்முதலாகப் படித்தபோது ஆர்வத்தையும் மகிழ்ச்சியையும் உணர்ந்தேன். மற்றும் புவியியலின் முன்னேற்றத்தைக் கண்டு பெருமிதம் கொண்டேன்.

இதைப்போன்ற மற்றொரு விஷயம் என்னவென்றால், அந்தப் பேராசிரியர் சாலிஸ்பரி க்ரைக் (Salisbury Craigs) களப்பயணத்தில் மலைகளுக்கு நடுவே காணப்படும் பிளவு (Trap-dyke) பற்றிப் பேசினார். எரிமலைப் பாறைகள் எங்களைச் சுற்றி இருந்தன. அந்தப் பிளவின் இரண்டு பக்கமும் தடித்த அடுக்குகள் காணப்பட்டன. பிளவின் ஓரங்களில் பாதாம் கொட்டை வடிவில் நிறைய பாறைகள் காணப்பட்டன. அந்தப் பிளவு மேலிருந்தவாறு படிவுகளால் நிரப்பப்பட்டுள்ளன என்றார். மேலும் இந்தப் படிவுகள் கீழிருந்து உருகிய நிலையில் உட்புகுத்தப்பட்டன என்று சொல்வாரும்

அடர்ந்த புதர்க் காடுகளுள் வேட்டையாடும் டார்வின்

உள்ளனர் என்று பரிகாசத்தோடு கூறினார். இந்த விரிவுரையை நினைத்துப்பார்க்கும்போது நான் புவியியல் பக்கம் போகக்கூடாது என்று தீர்மானித்திருந்ததில் ஒன்றும் ஆச்சரியமில்லை.

ஜேம்சன்-னுடைய விரிவுரையைக் கேட்கச் சென்றதன் மூலம் அந்த அருங்காட்சியக மேற்பார்வையாளர் திரு. மாக்கில்லிவ்ரே (*Mr.Macgillivray*) உடன் பழக்கமானேன். இவர் பிற்பாடு ஸ்காட்லாந்து பறவைகள் பற்றிய ஒரு அற்புதமான புத்தகத்தை வெளியிட்டார். அவரோடு இயற்கை வரலாறு குறித்த ஆர்வமான உரையாடல்கள் இருந்தன. அவர் என்னிடம் மிகவும் கனிவாக இருந்தார். அவர் எனக்குச் சில அரிதான ஓடுகளைக் (*Shells*) கொடுத்தார். அந்த நேரத்தில் நிறைய கடல் சார்ந்த நத்தை போன்ற முதுகெலும்பற்ற, சிறிய பிராணிகளைப் பெரிதாக ஆர்வமில்லாமல் சேகரித்தேன்.

அடுத்த இரண்டு வருடங்கள், கோடைகாலம் முழுவதும் மகிழ்ச்சிக்காகவே செலவழிக்கப்பட்டது. இருப்பினும் எனக்குப் பிடித்தமான புத்தகம் ஏதாவது சிலவற்றை வைத்திருந்தேன். 1826-இன் கோடை காலத்தில் எனது நண்பர்கள் இரண்டு பேருடன் நான் பயணத்திற்கான பைகளுடன் நடந்தே வடக்கு வேல்ஸ்- ஐ (*North Wales*) நோக்கிச் சென்றேன். பெரும்பாலான நாட்களில் ஒரு நாளைக்குச் சராசரியாக 30 மைல்கள் நடந்தோம் - ஸ்னோடான் (*Snowdon*) நோக்கி ஏறிய ஒரு நாள் உட்பட, மற்றொருமுறை நானும் எனது சகோதரியும் குதிரையில் வடக்கு வேல்ஸ் நோக்கிப் பயணம் போனோம். ஒரு வேலைக்காரர் எங்களது ஆடைகளைக் குதிரையில் எடுத்து வந்தார். வுட் ஹவுஸ்-இல் (*Wood House*) திரு. ஓவன் (*Mr.Owen*) வீட்டிலும் மற்றும் மேயெர்-இல் எனது மாமா ஜோஸ் ((*Uncle Jos*) வீட்டிலும் இலையுதிர்காலம் முழுவதும் வேட்டையாடுவதில் கழிந்தது. நான் தூங்கும்போது சுடுதலில் பயன்படுத்தப்படும் காலணியை என் பக்கத்திலேயே வைத்துக்கொள்வேன். ஏனென்றால் நான் தூங்கி எழுந்ததும் ஒரு நொடி கூட வீணாகக்கூடாது என்கின்ற அளவிற்கு வேட்டையாடுவதில் எனக்கு ஆர்வம் இருந்தது. ஒரு சந்தர்ப்பத்தில் ஆகஸ்ட் 20ஆம்

தேதி ப்ளாக் கேம் *(Black Game)* விளையாடுவதற்காக மேயெர் எஸ்டேட்டிற்கு *(Maer Estate)* நீண்ட தூரம் பயணித்தேன். அந்த நாள் முழுவதும் விளையாட்டு நெறியாளருடன் *(Game Keeper)* அடர்ந்த ஸ்காட்ச் ஃபிர் *(Scotch Fir)* செடிகளிடையே கஷ்டப்பட்டேன்.

பழைய மரங்களின் தண்டுகளை ஆய்வு செய்யும் டார்வின்

அந்தக் காலம் முழுவதும் நான் சுட்ட ஒவ்வொரு பறவை பற்றியக் குறிப்பை வைத்திருந்தேன். ஒருநாள் நான் கேப்டன் ஓவன் *(Captain Owen)*, மேஜர் ஹில் *(Major Hill)* மற்றும் லார்ட் பெர்விக் *(Lord Berwick)* உடன் வேட்டையாடிக்கொண்டிருந்தேன். அப்போது நான் ஒவ்வொரு முறையும் ஒரு பறவையைச் சுட்டுக்கொன்றதும் அவர்களில் ஒருவர் அவர்களுடைய துப்பாக்கியில் தோட்டக்களை நிரப்புவதுபோல் நடித்துக்கொண்டு "நீ அந்தப் பறவையை உன்னுடைய கணக்கில் சேர்க்கக் கூடாது. ஏனென்றால் அதே நேரத்தில் நானும் சுட்டேன்" என்று கத்தினார். எனக்கு அந்தப் பறவையை நான் சுட்டேனா இல்லையா என்ற சந்தேகம். விளையாட்டு நெறியாளர் அவர்களின் நகைச்சுவையைப் புரிந்துகொண்டு தலையாட்டினார். கொஞ்ச நேரம் கழித்துதான் அந்த உண்மையைச் சொன்னார்கள். ஆனால், இது எனக்கு நகைச்சுவையாகத் தெரியவில்லை. ஏனென்றால் நான் எத்தனை பறவைகளைச் சுட்டேன் என்று எனக்குத் தெரியாது. அவைகளை எனது பட்டியலிலும் சேர்க்கமுடியவில்லை. எப்பொழுதும் நான் சுட்ட பறவைகளின் கழுத்தைச் சுற்றி ஒரு சிறிய கயிற்றால் அடையாளமாய்க் கட்டியிருப்பேன். இதை எனது பாழாய்ப்போன நண்பர்கள் கண்டுபிடித்து விட்டார்கள். வேட்டையாடுதலை எந்த அளவிற்கு நான் அனுபவித்தேன்! வேட்டையாடுதல் என்பது அறிவு சார்ந்த விஷயமாக என்னை நானே நம்பவைக்க முயற்சித்தேன். எங்கு விளையாடலாம், எப்படி நாய்களை வேட்டையாடலாம் என்பதைத் தீர்மானிக்க வேட்டையாடுதலுக்குச் சிறந்த அறிவு தேவைப்படுகிறது.

1827-இன் இலையுதிர் காலத்தில் நான் மேயெர்-க்குச் சென்றபோது சர். ஜே. மாக்கிண்டாஷ் *(Sir J. Mackintosh)* அவர்களைச் சந்தித்தது மறக்க முடியாத நிகழ்வாகும். இவர் இதற்கு முன்னர் நான் பார்த்திடாத

ஒரு தலைசிறந்த உரையாடல் வல்லுனர். பின்பு இவர் என்னைப்பற்றி “இந்த இளைஞனிடம் ஏதோ ஒன்று இருக்கிறது” என்று சொன்னதாகக் கேள்விப்பட்டேன். இதற்குக் காரணம் வரலாறு, அரசியல், தத்துவம் குறித்து அவர் சொன்ன அனைத்து விஷயங்களையும் மிகவும் ஆரவத்தோடு கவனித்தேன். உண்மையில் அந்த விஷயங்கள் பற்றி எனக்கு ஒன்றுமே தெரியாது. ஒரு புகழ்பெற்ற மனிதரிடமிருந்து பாராட்டு பெறுதல் என்பது ஒரு இளைஞனுக்குச் சந்தேகத்திற்கிடமின்றி நல்ல விஷயமாகும். ஏனென்றால் அது அவன் சரியான திசையில் செல்ல உதவுகிறது.

அடுத்த இரண்டு அல்லது மூன்று வருடங்களுக்கு, மேயெரை நோக்கிய எனது பயணம் உண்மையில் மகிழ்ச்சிகரமானது மற்றும் இலையுதிர்கால வேட்டையாடுதலோடு சம்பந்தமில்லாதது. வாழ்வு அங்கு பூரண சுதந்திரமானது; நடை போதல் மற்றும் குதிரை சவாரிக்கு ஏற்ற மகிழ்ச்சியான இடம். மாலை வேளைகளில் இணக்கமான தன்மையில் உரையாடல்கள் இருந்தன. இசையோடு பெரிய அளவில் கூடும் குடும்பக் கேளிக்கைகளில் நிலவும் தனிப்பட்ட ரீதியிலான உரையாடல்கள் அங்கு இருக்காது. கோடைகாலங்களில் மொத்தக் குடும்பமும் பழைய முன்வாசல் படிகளில் உட்கார்ந்து இருப்பதை வழக்கமாக கொண்டிருந்தது. அந்த முன்வாசல் முன் ஒரு பூந்தோட்டமும் இருந்தது. வீட்டுக்கு எதிரே இருந்த அடர்ந்த மரங்களடங்கிய ஏரிக்கரை ஏரியில் பிரதிபலித்தது. அதில் அங்குமிங்குமாக மீன் மேலெழும்பும். அதைப் பிடிக்க நீர்ப்பறவை துலாவியலையும். மேயெரின் இந்த மாலைப்பொழுதை விட வேறெதுவும் இத்தகைய தெளிவான காட்சியை என் மனதில் விட்டதில்லை. இத்தகைய மாலைப்பொழுதுக்கு என்னை நான் பிணைத்திருந்தேன். எனது மாமா ஜோஸ் மீது எனக்கு நிறைய மரியாதை இருந்தது.

பயமுறுத்து விதமாக இருந்தாலும் அதிகம் பேசாத அமைதியான மனிதர். சில சமயம் என்னிடம் சகஜமாகப் பேசியிருக்கிறார். அவர் ஒரு நேர்மையான, தெளிவாகத் தீர்ப்பளிக்கிற வகையான மனிதர். அவர் எதைச் சரி என்று கருதினாரோ அதிலிருந்து ஒரு அங்குலம் கூட அவரை ஏதாவது பின்வாங்கச் செய்திருக்கும் என்று நான் நம்பவில்லை. தற்போது என் மனதில் நான் மறந்துபோன ஹொராஸுனுடைய புகழ்பெற்ற தூதுப்பாடலை அவருக்கு நான் பொருத்திப்பார்ப்பதை வழக்கமாகக் கொண்டேன்.

எடின்பெர்கில் இரண்டு பிராயங்களை முடித்த வேளையில், என் தந்தை நான் மருத்துவராக விரும்பவில்லை என்பதை உணர்ந்து கொண்டார் அல்லது எனது சகோதரிகளின் மூலம் அறிந்துகொண்டார். ஆகையால், நான் ஒரு மதகுருவாக மாறும் யோசனையை முன்மொழிந்தார். நான் ஒன்றுக்குமாகாத விளையாட்டுப் பையனாக மாறிக்கொண்டு வருவதைக் கடுமையாக எதிர்த்தார். மதகுருமார் பற்றி நான் கேள்விப்பட்ட அல்லது நினைத்த விஷயங்கள், இங்கிலாந்து தேவாலயங்களுடைய சடங்குகளின் மீதான எனது நம்பிக்கையை வெளிப்படுத்துவதில் எனக்குத் தயக்கங்களை ஏற்படுத்தின. எனவே நான் யோசிக்க சிறிது கால அவகாசம் கேட்டேன். இருப்பினும் மதகுருமாராக மாறும் அந்த எண்ணம் எனக்குப் பிடித்திருந்தது. அதற்கேற்ப *Person On The Creed* என்ற புத்தகத்தை அதிக சிரத்தையுடன் படித்தேன். அதனோடு புனிதத்துவம் பற்றிய சில புத்தகங்களைப் படித்தேன். பைபிளில் உள்ள ஒவ்வொரு வார்த்தையின் கடுமையான, நிதர்சனமான உண்மையை நான் கொஞ்சமேனும் சந்தேகிக்காததால் மதம் சார்ந்த எனது கொள்கைகள் முழுதும் ஏற்றுக்கொள்ளப்படும் என்று என்னை நான் தயார்படுத்திக்கொண்டேன்.

ஒருமுறை நான் மத குருவாக மாற நினைத்தேன் என்பது எனக்கு இப்பொழுது நகைப்பிற்கிடமாகத் தோன்றுகிறது. பழமைத்தத்துவத்தின் மூர்க்கத்தனமான தாக்குதலுக்கு நான் எவ்வாறு ஆட்பட்டுள்ளேன் என்பதையே இது காட்டுகிறது. எனது தந்தையின் இந்த விருப்பம் முறைப்படி கைவிடப்படவுமில்லை. கேம்ப்ரிட்ஜை விட்டுப் பிரியும் போது ஒரு இயற்கை மரணம்போல் இவ்விருப்பம் செத்துவிட்டது. பீகிளில் நான் இயற்கையியல்வாதியாக இணைந்தேன். மண்டைஓட்டியல் நிபுணர்களை *(Phrenologists)* நம்புவதாக இருந்தால், ஒரு விதத்தில் நானும் மதகுருமாராக இருக்க சரியான ஆளாகவே இருந்தேன். சில வருடங்களுக்கு முன் ஜெர்மன் உளவியல் சங்கத்தின் செயலர்களிடமிருந்து எனது புகைப்படத்தைக் கோரி ஒரு கடிதம் வந்தது. சில காலம் கழித்து அத்தகைய ஒரு கூட்டத்தின் நடைமுறைகள் குறித்து ஒரு தகவல் வந்தது. அதில் எனது மண்டையின் வடிவம்தான் பொது விவாதத்தின் கருப்பொருளாக இருந்ததாகத் தோன்றுகிறது. அந்தக் கூட்டத்தில் ஒரு பேச்சாளர் பத்து மதகுருமார்களுக்குத் தேவையான ஆழ்ந்த மரியாதைக்கான ஒரு மேடு எனது தலையில் உருவாகியுள்ளதாகப் பேசியுள்ளார்.

மதகுருவாக வரவேண்டும் என்று முடிவுசெய்யப்பட்டதால் ஒரு ஆங்கில பல்கலைக்கழகத்திற்குச் சென்று அங்கு பட்டம் பெற வேண்டும். நான் பள்ளியிலிருந்து வெளியேறிய பிறகு பழமையான இலக்கியப் புத்தகம் ஒன்றைக்கூடத் திருப்பிப்பார்த்தது கிடையாது. அடுத்து வந்த இரண்டு வருடங்களில் நம்பமுடியாதது என்னவென்றால் நான் கற்றுவைத்திருந்த பழம் இலக்கியங்கள் சார்ந்த அனைத்து விஷயங்களும் ஏன் சில கிரேக்க எழுத்துகள் உட்பட அனைத்தையும் மறந்துவிட்டேன். கேம்ப்ரிட்ஜ் பல்கலைக்கழகத்திற்கு வழக்கமாக நான் செல்லும் அக்டோபர் மாதத்தில்

செல்லாமல், ஸ்ரூஸ்பெரியில் பிரத்தியேகமாக அமர்த்தப்பட்ட ஆசிரியரின் உதவியோடு பயின்று அதன் பின் கிறிஸ்துமஸ் முடிந்தே 1828-இன் ஆரம்பக் காலத்தில் கேம்ப்ரிட்ஜ் சென்றேன். விரைவில் எனது பள்ளிக் காலத்திய அறிவிலிருந்து மீண்டு கிரேக்கப் புத்தகங்களைக் குறிப்பாக ஹோமர் மற்றும் கிரேக்க ஏற்பாடு (Greek Testament) போன்றவற்றை நிதானமான சாமர்த்தியத்துடன் என்னால் மொழிபெயர்க்க முடிந்தது.

கல்விகற்றலைப் பொறுத்தமட்டில் பள்ளியிலும், எடின்பெர்க்கிலும் வீணடிக்கப்பட்டதைப்போலவே நான் கேம்ப்ரிட்ஜில் கழித்த மூன்று வருடங்களும் முற்றிலும் வீணடிக்கப்பட்டவையே. கணிதவியலை முயற்சித்துப்பார்த்தேன். 1828இன் கோடைகாலத்தில் ஒரு பிரத்யேக ஆசிரியரிடம் கணிதம் கற்றுக்கொள்ள பார்மவுத் (Barmouth) சென்றேன். அதுவும் மிக மந்தகதியிலேயே இருந்தது. கணிதம் கற்றுக்கொள்ளும் அந்த வேலை எனக்கு ஒத்துவராத ஒன்றாகவே இருந்தது. அல்ஜீப்ராவின் ஆரம்பப் படிகளை அர்த்தம் காண்பது எனக்கு இயலாத ஒன்றாக இருந்தது. இந்தப் பொறுமையின்மை உண்மையில் முட்டாள்தனமானது. ஏனென்றால் பிற்காலங்களில், கணிதவியலை வழிநடத்துகிற சிறந்த கோட்பாடுகளைப் புரிந்துகொள்கிற செயல்முறை நோக்கி நான் நடைபோடவில்லை என்று வருந்தி இருக்கிறேன். இத்தகைய கோட்பாடுகளைப் புரிந்துகொள்ளும் பாக்கியம் உள்ளவர்கள் கூடுதல் அறிவு உள்ளவர்களாகவே தோன்றுகிறார்கள். அதற்காக மிகவும் குறைந்த மதிப்பெண் எடுத்து நான் வெற்றி பெற்றிருப்பேன் என்று நினைக்கவில்லை. தொல்லிலக்கியத்தைப் பொறுத்தமட்டில் கல்லூரியில் சில தவிர்க்கமுடியாத விரிவுரைகளைக் கேட்டதைத் தவிர எதையும் செய்ததில்லை. அதில் என்னுடைய வருகை என்பது பெயரளவிற்குத்தான் இருக்கும்.

வெப்பமண்டலக் காடுகளை ஆய்வு செய்தல்

இரண்டாம் வருடத்தில் நான் லிட்டில்-கோ *(Little Go)*-இல் தேர்ச்சி பெற ஒன்றிரண்டு மாதங்கள் உழைக்க வேண்டியிருந்தது. அதை எளிதாகச் செய்து முடித்தேன். மீண்டும் கடைசி வருடத்தில் பி.எ., பட்டம் பெற ஆர்வத்துடன் செயல்பட்டேன். அல்ஜீப்ரா, யூக்லிட் மற்றும் தொல்லிலக்கியமும் இணைந்து எனக்குப் புத்துணர்ச்சி ஊட்டின. பி.எ., தேர்வில் வெற்றிபெற பாலியின் *(Paley) Evidence of Christianity and Moral philosophy* என்ற பாடத்திலும் தேர்ச்சி பெற வேண்டும். இந்தத் தேர்வு சிறந்த முறையில் செய்யப்பட்டது. *Evidence Of Christianity* இன் முழுப்பகுதியும் முற்றிலும் சரியாக எழுதியதாக நான் சமாதானமடைந்தேன். ஆனால், பாலியின் மொழியிலேயே என்னால் எழுத முடியவில்லை.

Natural Theology என்ற அவரது புத்தகத்தின் தர்க்கம் என்னில் யூக்லிட் போல் மகிழ்ச்சியைக் கொடுத்தது. இந்தப் புத்தகத்தின் எந்தப் பகுதியையும் மனப்பாடம் செய்யாமல் கவனத்துடன் ஆய்வு செய்ததுதான், கல்வி என்ற கோணத்தில் நான் கற்றுக்கொண்ட விஷயமாக நான் உணர்ந்தேன், இன்னும் உணர்கிறேன். அந்த நேரத்தில் பாலியின் வரம்புகள் குறித்து நான் என்னைத் தொந்தரவுக்கு ஆட்படுத்திக்கொள்ளவில்லை. நம்பிக்கையின் அடிப்படையில் நீண்ட வரிகளில் நிரம்பிய வாதங்களில் நான் மகிழ்ச்சியும் நம்பிக்கையும் அடைந்தேன். தேர்விக்குரிய கேள்விகளுக்குச் சரியாகப் பதிலளித்ததின் மூலமும், யூக்லிட்- இல் நன்றாகப் பதிலளித்தன் மூலமும் எனக்கு எந்த அங்கீகாரமும் எதிர்பார்க்காத மனிதர்களின் வரிசையில் ஒரு நல்ல இடம் கிடைத்தது. நான் எந்த அளவிற்கு உயர்ந்திருந்தேன் என்பதை என்னால் நினைவுபடுத்த முடிவதில்லை. ஐந்தாவது, பத்தாவது அல்லது பன்னிரெண்டாவது இடத்தில் இருந்ததாக என் நினைவு அலைகிறது.

பல்கலைக்கழகத்தில் பல்வேறு துறைகள் குறித்து பொதுவான விரிவுரைகள் வழங்கப்பட்டன. வருகைப்பதிவு என்பது முற்றிலும் விருப்பத்தின் அடிப்படையிலானது. எடின்பெர்க்கில் வழங்கப்பட்ட விரிவுரைகள் என்னை நோயாளியாக்கின. செட்ஜ்விக்-கினுடைய *(Sedgwick)* சொல்வன்மை மிக்க பேச்சைக்கூட கேட்க நான் செல்லவில்லை. இத்தகைய பேச்சுகளைக் கேட்டிருந்தால் உண்மையில் ஒரு புவியியல்வாதியாகி இருப்பேன். ஹென்ஸ்லோ-வினுடைய *(Henslow)* தாவரவியல் விரிவுரைகளைக் கேட்டேன். தெளிவு மற்றும் போற்றத்தக்க விளக்கத்திற்காகவே அந்த விரிவுரைகளை நான் விரும்பினேன். ஆனால், நான் தாவரவியல் படிக்கவில்லை. ஹென்ஸ்லோ தனது மாணவர்களையும், பல்கலைக்கழகத்தில் உள்ள பழைய உறுப்பினர்களையும்

களப்பயணத்திற்கு அழைத்துச் செல்வதை வழக்கமாகக் கொண்டிருந்தார். களப்பயணம் நீண்ட தொலைவிற்கு நடந்தோ, ரயிலிலோ அல்லது பரிசலிலோ தொடரும். அங்கே கண்காணிக்கப்பட்ட அபூர்வத் தாவரங்கள் மற்றும் விலங்குகள் பற்றி விரிவுரைகள் நிகழ்த்தப்படும். களப்பயணம் உண்மையில் மகிழ்ச்சிகரமானதாக இருந்தது.

கேம்ப்ரிட்ஜில் எனது நேரம் மோசத்திலும் மோசமாக வீணடிக்கப்பட்டது. இருப்பினும் அவைகளை ஈடேற்றும் விதமாக, சில குணாதிசயங்கள் அங்கும் இருந்தன. சுடுதல், வேட்டையாடுதல் மற்றும் குதிரை சவாரி மூலம் எனக்கு எனது குணத்தோடு ஒத்த-சற்று மனநிலை பாதிக்கப்பட்ட சிலர் உட்பட பலர் நண்பரானார்கள். மாலை வேளைகளில் சமூகத்தின் உயர்ந்த வர்க்கத்தினர் கலந்து கொள்ளும் விருந்துகளில் நாங்களும் கலந்து கொண்டு உணவருந்தினோம். சில நேரங்களில் மிகையாகக் குடித்துவிட்டு மகிழ்ச்சியாகப் பாட்டுப்பாடி அதன்பின் சீட்டு விளையாடினோம். இப்படியாகச் செலவழிக்கப்பட்ட மாலைவேளைகள் குறித்து நான் வெட்கப்படவேண்டியவன் என்று எனக்குத் தெரியும். ஆனால், எனது நண்பர்கள் மகிழ்ச்சியாகவும் உற்சாகத்துடன் இருந்தார்கள்.

எனக்கு, பல நண்பர்கள் பலகுணங்களோடு இருந்தார்கள் என்பதை நினைத்து மகிழ்ச்சியடைகிறேன். பின்வரும் காலங்களில் சீனியர் ரேங்க்ளர் *(Senior Wrangler)* என்றழைக்கப்பட்ட ஒயிட்லி *(Whitley)* உடன் நான் நெருக்கமாக இருந்தேன். நாங்கள் அவ்வப்பொழுது நீண்ட தூரம் நடை போவோம். அவர்தான் படங்கள், நல்ல சித்திர செதுக்கல்கள் மீதான ரசனையை மனதில் பதிய வைத்தார். அவைகளில் சிலவற்றை நான் வாங்கினேன். நான் ஃபிட்ஸ்வில்லியம் கேலரிக்கு *(Fitzwilliam Gallery)* அடிக்கடி சென்று வந்தேன். எனது

வண்டுகளைச் சேகரிப்பதில் விருப்பம் கொண்டிருந்தார் டார்வின்

ரசனை உண்மையில் நல்லதாகவே இருந்திருக்க வேண்டும். ஏனென்றால் நான் அந்த அருங்காட்சியகத்தின் வயதான மேற்பார்வையாளரிடம் சிறந்த படங்கள் பற்றி விவாதித்தேன் மற்றும் சிலாகித்தேன். சர். ஜோஷ்வா

ரெய்னால்ட் *(Sir Joshhua Reynold)* எழுதிய புத்தகத்தை மிகுந்த ஆர்வத்துடன் படித்தேன். எனது இயல்பாக இல்லாவிட்டாலும், இத்தகைய ரசனை எனக்குப் பல வருடங்கள் நீடித்தது. லண்டனில் உள்ள தேசிய அருங்காட்சியகத்தில் உள்ள பல படங்கள் எனக்கு மகிழ்ச்சியை ஏற்படுத்தின. அதிலும் செபஸ்டியன் டெல் பியோம்போ *(Sebastian del Piombo)* படங்கள் என்னுள் ஒரு உற்சாகமான கம்பீரத்தின் உணர்வைக் கொடுத்தன.

அதன்பிறகு எனக்கு இசைக்கருவிகளின் மீது ஆர்வமேற்பட்டது. இதற்கு எனது கனிவுள்ளம் கொண்ட ஹெர்பெர்ட் *(Herbert)* தான் காரணம். இவர் கேம்ப்ரிட்ஜ் பல்கலைக்கழகத்தில் கணித இளநிலை பட்டப் படிப்பில் முதல் வகுப்பில் தேறியவர். இத்தகைய மனிதர்களோடான எனது தொடர்பு, அந்த இசைக்கருவிகள் இசைக்கப்பட்டுக் கேட்கப்படுதல் மூலம் இசையின் மீது ஒரு ஈர்ப்பைப் பெற்றேன். கிங்ஸ் கல்லூரியின் சிறிய ஆலயத்தில் பாடப்படும் பாடலைக் கேட்பதற்காகவே வார நாட்களில் நான் அங்கு செல்வதை வாடிக்கையாகக் கொண்டேன். இப்பாடல் எனக்கு மிகுந்த இன்பத்தைக் கொடுத்தது. சில நேரங்களில் எனது முதுகெலும்புகூட சிலிர்ப்படையும். இந்த ஈர்ப்பில் எந்தப் பாசாங்கும், பிறரைப்பார்த்துப் பின்பற்றுகிற எண்ணம் எதுவும் இல்லை. கிங்ஸ் கல்லூரிக்குச் செல்வேன். சில சமயங்களில் எனது அறையில் பாட, பாட்டுப்பாடும் குழுவினரை வாடகைக்கு அமர்த்தினேன். உண்மையில் எனக்கு இசை ஞானம் இல்லை. ஒரு சுதிப்பிழையைக் கூட என்னால் உணரமுடியவில்லை அல்லது ஒரு ராகத்தை என்னால் சரியாக ரீங்காரம் செய்யக்கூட முடியவில்லை. இருப்பினும் நான் எப்படி இசையிலிருந்து இன்பத்தைப் பெற்றேன் என்பது பெரிய ரகசியமாக இருக்கிறது.

என்னுடைய நிலையை எனது நண்பர்கள் விரைவில் உணர்ந்து கொண்டார்கள். சில சமயங்களில் எனக்குத் தேர்வு வைத்து அவர்களுக்குள் மகிழ்ச்சியடைவார்கள். தேர்வு என்பது அவர்கள் ஒரு ராகத்தை வழக்கமான முறையில் அல்லாமல் சற்று வேகமாகவோ அல்லது மெதுவாகவோ இசைத்து அதில் எத்தனை ராகங்களை நான் அடையாளம் காண்கிறேன் என்பதாகும். *God Save the King* என்ற பாடலைப் பாடும்போது ராகத்தைக் கண்டுபிடிப்பது ஒரு புரியாத புதிர். என்னைப்போலவே ஒருவன் புல்லாங்குழலில் ஒரு ராகத்தை வாசிக்க அதன் ராகத்தைக் கண்டுபிடித்து தேர்வில் வெற்றி பெற்றேன்.

வண்டுகளைச் சேகரிப்பதில் உள்ள நாட்டத்தைவிட வேறெதுவும் கேம்ப்ரிட்ஜில் எனக்குப் பெரியளவில் ஆர்வத்தைக் கொடுக்கவில்லை. இது ஒரு சாதாரண ஆசைதான். நான் அவைகளைக் கூறாய்வு செய்வதில்லை. அவைகளைப்பற்றி என்ன விவரங்கள் இருக்கின்றனவோ அவற்றை இவைகளின் புறப்பண்புகளோடு ஒப்பிட்டுப்பார்ப்பேன். அவைகளுக்கு ஏதோ ஒரு வகையில் ஒரு பெயரைச் சூட்டுவேன். என்னுடைய ஆர்வத்திற்கு சான்றாக ஒரு சம்பவத்தைச் சொல்கிறேன். ஒருநாள் ஒரு மரத்தின் பட்டையைப் பிய்த்து எடுத்த போது இரண்டு அரிய வகை வண்டுகளைப் பார்த்தேன். அவைகளை இரண்டு கைகளிலும் பிடித்துக்கொண்டு சென்றேன். மூன்றாவது புதிய வகை வண்டு ஒன்றையும் பார்த்தேன். அதை எடுத்துச் செல்லவும் முடியவில்லை விட்டுவிட்டுச் செல்லவும் முடியவில்லை. எனவே, கையில் வைத்திருந்த ஒரு வண்டை நசுக்கி எனது வாயில் போட்டபோது அஃவண்டு அமிலச் சுவையில் ஒரு திரவத்தை என் வாயில் சுரந்தது. அந்தத் திரவம் என் நாக்கை அரித்தெடுக்க நான் துப்பவேண்டி வந்தது. மூன்றாவது வண்டையும் இழந்தேன்.

மெதுவாக வண்டு சேகரித்தலில் நான் வெற்றிபெற்றேன். மேலும் அதற்காக இரண்டு புதிய முறைகளையும் கண்டுபிடித்தேன். பனிக்காலத்தில் மரங்களில் படிந்திருக்கும் பாசிகளைச் சுரண்டி ஒரு பெரிய பையில் போடுவதற்கும், படகின் அடிப்பரப்பில் கிடக்கும் குப்பைகளைச் சேகரிக்கவும் ஒரு தொழிலாளியை வேலைக்கு அமர்த்தினேன். இதன் மூலம் எனக்கு அரிய வகை இனங்கள் கிடைத்தன. ஸ்டீவனுடைய Illustrations of British Insects என்ற புத்தகத்தில் 'டார்வினால் பிடிக்கப்பட்ட' என்ற மந்திர வார்த்தைகளைப் பார்த்தவுடன் எந்த ஒரு கவிஞனும் தனது கவிதை பிரசுரிக்கப்பட்டதைப் பார்த்ததும் அடையும் மகிழ்ச்சியைவிட அதிக மகிழ்ச்சியை நான் அடைந்தேன். எனது இரண்டாவது கசின் (Cousin) டார்வின் ஃபாக்ஸ் (W.Darwin Fox) எனக்குப் பூச்சியியல் துறையை அறிமுகப்படுத்தினார். சிறந்த அறிவாளி மற்றும் அன்பான மனிதர் அவர். அவர் அப்போது கிறிஸ்டியன் கல்லூரியில் இருந்தார். அவருடன் மிகவும் நெருக்கமானவனாக மாறினேன். நல்ல பழக்கமேற்பட்டவுடன் டிரினிடி கல்லூரியைச் (Trinity College) சேர்ந்த ஆல்பர்ட் வேய் (Albert Way) உடன் வண்டு சேகரிப்பிற்காகச் சென்றேன். ஆல்பர்ட் வேய் பிற்காலத்தில் நன்கு அறியப்பட்ட, தொல்லியல் நிபுணரானார். பிற்காலத்தில் சிறந்த விவசாய நிபுணரும், ரயில்வே துறையின் தலைவரும், பாராளுமன்ற உறுப்பினருமான ஹெச். தாம்ப்சன் (H.Thompson) உடனும் வண்டு சேகரித்தலுக்குச் சென்றேன். வண்டு சேகரிப்பதற்கான ஆர்வம் என்பது எனது எதிர்கால வெற்றிக்கான அறிகுறியாகவே எனக்குப்படுகிறது.

கேம்ப்ரிட்ஜில் நான் பிடித்த வண்டுகள் அழிக்கமுடியாத தாக்கத்தை என்னில் விட்டுச்சென்றுள்ளன என்பதை நினைத்து ஆச்சரியமடைகிறேன். நான் வண்டு

சேகரித்த சில தந்தி மரங்கள், பழைய மரங்கள் மற்றும் ஆற்றங்கரைகளின் தோற்றங்களை இன்னும் என்னால் நினைவு கூறமுடியும். அழகான *Panagus Crux Major* தான் அந்த நாட்களில் பொக்கிஷம். டவுன் (*Down*) பகுதியில் நடந்து சென்றுகொண்டிருக்கையில் குறுக்கே சென்ற ஒரு வண்டைப் பிடித்தபோது அது *Panagus Crux Majaor* -லிருந்து வித்தியாசப்பட்டது. அது *P.quadripunctatus*. இந்த *P.quadripunctatus, Panagus Crux Major* இன் கூட்டு இனமாக இருந்தாலும் வெளித் தோற்றத்தில் மட்டும் வேறுபட்டது. அந்த நாட்களில் லிசினஸ் (*Licinus*) உயிரோடு இருந்ததை நான் பார்க்கவே இல்லை. இந்த லிசினஸ் வேறுபடுத்திப் பார்க்கமுடியாதவர்களின் கண்களுக்குக் கருப்பு கராபிடஸ் (*Black Carabidous Beetles*) வண்டுகளிலிருந்து மிக அரிதாகவே வித்தியாசப் படுகின்றது. எனது மகன்கள் இங்கு ஒரு புதிய ஆய்வு மாதிரியைக் கண்டுபிடித்தார்கள். அது ஒரு புதிய இனம் என்று நான் உடனே கண்டு கொண்டேன். கடந்த இருபது வருடங்களாக நான் பிரிடிஷ் வண்டைப் பார்த்திருக்கவே இல்லை.

மற்றெதையும்விட என் வாழ்நாள் முழுவதிலும் தாக்கம் செலுத்திய சந்தர்ப்பம் ஒன்றை நான் இன்னும் சொல்லவில்லை. பேராசிரியர் ஹென்ஸ்லோ-வுடனான எனது நட்புதான் அது. கேம்ப்ரிட்ஜுக்கு வருவதற்கு முன்னே எனது சகோதரர் மூலம் அவர் அறிவியலின் அனைத்துப் பிரிவு பற்றியும் அறிந்தவர் என்று கேள்விப்பட்டிருந்தேன். அதற்கேற்றாற் போல் நான் அவருக்கு மரியாதை செலுத்தவும் தயாரானேன். வாரத்திற்கு ஒரு முறை அனைத்து இளநிலை பட்டதாரிகளும் அவரோடு தொடர்புடைய சில பழைய பல்கலைக்கழக உறுப்பினர்களும் மாலை வேளையில் ஹென்ஸ்லோ வீட்டில் கூடுவார்கள். ஃபாக்ஸ் (*W.Darwin Fox*) மூலம் எனக்கு அழைப்பு வந்தது.

அதன்பின் தொடர்ந்து சென்றேன். அவரோடு நல்ல பழக்கமேற்படுவதற்கு நீண்ட காலத்திற்கு முன்பும் சரி, கேம்ப்ரிட்ஜில் எனது பிற்பாதி காலங்களிலும் சரி நான் அவரோடு நீண்ட நடைபயணம் மேற்கொண்டுள்ளேன். ஆகையால் நான் "ஹென்ஸ்லோவுடன் நடை மேற்கொள்பவன்" என்று சிலரால் அழைக்கப்பட்டேன். அடிக்கடி மாலை வேளையில் அவரது குடும்பத்தோடு விருந்துண்ண அழைக்கப்பட்டேன். தாவரவியல், பூச்சியியல், வேதியியல், கனிமவியல் மற்றும் புவியியலில் அவரது அறிவு மிகப்பரந்தது. நீண்ட, தொடர்ந்த, நுண்ணிய கண்காணிப்பின்மூலம் முடிவுகளைப் பெறுவது தான் அவரது ரசனை. அவரது முடிவுகள் சிறந்தது மற்றும் சரியானதுமாகும். இருப்பினும் இவர் ஒரு பூரண அறிவாளி என்று யாராவது சொல்லுவார்கள் என்று நான் நினைக்கவில்லை.

அவர் மதப்பற்றுடையவர். பழமைவாதியும் கூட. ஒரு முறை என்னிடம் அவருடைய 39 கட்டுரைகளில் ஒரு சிறிய வார்த்தைகூட மாற்றப்பட்டால் நான் மிகவும் வருத்தமடைவேன் என்று சொன்னார். அவருடைய நேர்மை குணாம்சங்கள் உண்மையில் போற்றத்தக்கவை. சிறுபிள்ளைத்தனமான உணர்வுகளிலிருந்தும், ஆடம்பர எண்ணங்களிலிருந்தும் விலகியே இருந்தார். தன்னைப்பற்றி சிறிதளவு கூட கவலைப்படாத ஒருத்தரை நான் இதற்குமுன் பார்த்ததே இல்லை. மற்றவரை வென்றெடுக்கின்ற, மரியாதை தருகின்ற தன்மையுடைய, சாந்தமான சுபாவம் அவருடையது.

ஒரு முறை நான் அவரோடு இருக்கும்போது பிரெஞ்சு புரட்சியில் காண்பதைப் போல் ஒரு கொடூரமான காட்சியை, கேம்ப்ரிட்ஜ் தெருவில் காண நேர்ந்தது. இரண்டு திருடர்கள் கைது செய்யப்பட்டிருந்தார்கள். அவர்கள் காவல்காரராலும் அங்கே இருந்த கூட்டத்தினராலும் நையப் புடைக்கப்பட்டனர். சகதியும்

கற்களும் நிரம்பிய சாலையில் அவர்கள் இருவரையும் கால்களைப்பிடித்து இழுத்து வந்தனர். அவர்களின் முகம் சகதி பூசப்பட்டு இரத்தம் வழிந்துகொண்டிருந்தது. அவர்கள் பார்ப்பதற்கு இரண்டு சடலங்கள் போலவே காட்சியளித்தனர். சரியான கூட்டமாக இருந்ததால் என்னால் அந்தப் பாழாய்ப்போன உயிரினங்கள் வதைபடும் சில காட்சிகளை மட்டுமே காண முடிந்தது. இந்தக் கொடூரமான காட்சியைப் பார்த்து ஹென்ஸ்லோ அடைந்த கடுங்கோபத்தை நான் வேறு யாரிடமும் கண்டதில்லை. தொடர்ந்து அந்தக் கூட்டத்தைத் தள்ளிக்கொண்டு உள்ளே நுழைய முயன்றார். பிறகு அந்தப் பகுதி மேயரைப் பார்த்து காவல்காரர்களை கொண்டு வர முயன்றார். என்னைப் பின்தொடர வேண்டாம் என்றும் சொல்லிவிட்டார். அந்த இருவரும் கொல்லப்படாமல் சிறைக்குக் கொண்டு செல்லப்பட்டுவிட்டார்கள் என்பதைத் தவிர நான் இந்தப் பிரச்சினையை மறந்துவிட்டேன்.

ஹென்ஸ்லோவினுடைய கருணை, கட்டுக்குள் அடங்காதது. ஹிட்சாம் (Hitcham) இல் அவர் வசித்தபோது அங்குள்ள தேவாலயப் பகுதியில் வாழ்ந்த ஏழை மக்களுக்காக அவர் கொண்டு வந்த பல சிறந்த திட்டங்களே இதற்குச் சாட்சி. அத்தகைய மனிதருடனான எனது நெருக்கம் உள்ளபடியே ஒரு அளவிடமுடியாத பலனாகும். அவருடைய கருணையைக் காட்டுகின்ற சின்ன நிகழ்வைக்கூட என்னால் சொல்லாமல் இருக்க முடியாது. மகரந்தத் துகள்களை ஒரு ஈரமான தளத்தில் தூவி சோதனை செய்தபோது குழல்கள் துருத்திக்கொண்டு வந்ததைப் பார்த்தேன். எனது வியத்தகு கண்டுபிடிப்பை அவரிடம் சொல்ல ஓடினேன். இந்த விஷயத்தைச் சொல்ல இவ்வளவு வேகமாக வருவதைப்பார்த்து எந்த ஒரு தாவரவியல் பேராசிரியரும் சிரித்திருப்பார்கள் தவிர

எனக்கு உதவுவார்கள் என்று நான் நினைக்கவில்லை. ஆனால், அவர் இந்த நிகழ்வு ஆச்சரியமானது என்று ஒத்துக்கொண்டார். அதன் அர்த்தத்தை எனக்கு விளக்கினார். இந்நிகழ்வு எவ்வாறு அறியப்பட்டது என்று எனக்குத் தெளிவாகப் புரியவைத்தார். எனது கண்டுபிடிப்பு அவரைச் சிறிதளவேனும் திகைப்படையச் செய்யவில்லை. மாறாக, ஒரு குறிப்பிடத்தக்க உண்மையைக் கண்டுபிடித்ததில் நான் மகிழ்ச்சியடைந்தேன். மீண்டும் இதைப்போல் வேகமாகச் சென்று கண்டுபிடிப்பைச் சொல்லக்கூடாது என்று தீர்மானித்துக்கொண்டேன். ஹென்ஸ்லோவை வந்து சந்தித்த நபர்களில் டாக்டர். வேவெல் *(Dr.Whewell)* ஒரு வயதான புகழ்பெற்ற நபர். சில சமயம் இரவு நேரங்களில் அவருடன் வீட்டிற்கு நடந்துசெல்வேன். அடுத்தது சர். மாக்கிண்டாஷ், இவர் சிக்கலான விஷயங்களில் தலைசிறந்த உரையாளர். இவர் உரையை எப்பொழுதும் நான் கவனித்து வந்தேன். திரு. லியோனார்ட் ஜெனின்ஸ் *(Leonard Jenyns)* பிற்பாடுகளில் இயற்கை வரலாற்றில் சில சிறந்த கட்டுரைகளைப் பிரசுரித்தவர். இவர் அவ்வப்போது ஹென்ஸ்லோவுடன் தங்குவார். இவர் ஹென்ஸ்லோவின் மச்சினன் *(Brother in law)*. ஃபென்ஸ் *(Fens)* எல்லையோரத்தில் உள்ள தனது வீட்டில் வசிக்கும் இவரோடு பலமுறை இயற்கை வரலாறு குறித்து உரையாடி இருக்கிறேன் மற்றும் நடை போயிருக்கிறேன். என்னோடு மூத்தவர்களின் நட்பைப் பெற்றேன். இவர்களுக்கு அறிவியல் பற்றி அவ்வளவாகத் தெரியாதென்றாலும் இவர்களெல்லாம் ஹென்ஸ்லோவின் நண்பர்கள். அவர்களில் ஒருவர் ஸ்காட்லாந்தைச் சேர்ந்தவர். சர் அலெக்ஸாண்டர் ராம்சேய் *(Sir Alexander Ramsay)* அவர்களின் சகோதரர் மற்றும் ஜீசஸ் கல்லூரியில் ஆசிரியர். அவர் ஒரு மகிழ்ச்சியான மனிதர். ஆனால் அவர் நீண்ட காலம் வாழவில்லை. அடுத்தது திரு.டேவ்ஸ் *(Mr.Dawes)*,

பிற்பாடு ஹெர்ஃபோர்ட்-இன் *(Hereford)* தலைவர். ஏழைகளுக்குக் கல்வி வழங்கியதில் வெற்றி பெற்றதன் மூலம் புகழ்பெற்றார். இவர்கள் மற்றும் இவர்களைப் போன்றவர்கள் ஹென்ஸ்லோவுடன் நாடு முழுவதும் சுற்றுலா செல்வார்கள். இச் சுற்றுலாவிற்கு நானும் அனுமதிக்கப்பட்டேன்.

பொதுவாக, இளைஞர்களோடு ஒப்பிடுகையில் என்னில் ஏதோ ஒன்று உயர்ந்ததாக இருந்திருக்க வேண்டும். இல்லையென்றால் மேலே குறிப்பிட்ட நபர்கள் என்னைவிட மூத்தவர்கள், கல்வியில் தலைசிறந்தவர்களாக இருந்தவர்கள் என்னை ஒருபோதும் அவர்களோடு அனுமதித்திருக்க மாட்டார்கள். இத்தகைய உயர் எண்ணம் குறித்து நான் அப்போது உணர்ந்திருக்கவுமில்லை. ஒரு முறை டர்னர் *(Turner)* என்கின்ற என்னுடைய நண்பர் ஒருநாள் நான் ராயல் சொசைடியின் மாணவனாக வருவேன் என்றார். அது எனக்கு விபரீத சிந்தனையாகத் தோன்றியது.

கேம்ப்ரிட்ஜின் கடைசி வருடத்தில் நான் கவனத்துடனும் ஆர்வத்துடனும் ஹம்போல்ட்-னுடைய *(Humboldt) Personsl Narrative*-ஐ படிக்க ஆரம்பித்தேன். இயற்கை விஞ்ஞானத்தின் உயர் வடிவத்தின் பங்களிப்பில் சேர்க்கப்படும் அளவிற்கு இந்தப் புத்தகமும் மற்றும் சர் ஜே.ஹெர்ஷெல்-உடைய *(Sir.J.Herschel) Introduction to the Study of Natural Philosophy* என்ற புத்தகமும் என்னில் எரியும் ஆர்வத்தைத் தூண்டிவிட்டன. இந்த இரண்டு புத்தகங்கள் என்னில் ஏற்படுத்திய ஆதிக்கத்திற்கு ஈடான ஒன்றை வேறு எந்தப் புத்தகமும் அல்லது புத்தகங்களும் ஏற்படுத்தியதில்லை. ஹம்போல்ட்-இன் நீண்ட பத்திகளிலிருந்து டெனெரிஃப் *(Teneriffe)* பற்றி நான் குறித்து வைத்த விஷயங்களை மேற்குறிப்பிட்ட சுற்றுலாவில் ஹென்ஸ்லோ, ராம்சேய் மற்றும் டேவ்ஸ் ஆகியோரிடம் படித்துக் காட்டினேன். அதற்கு முந்தைய

காட்டினுள் டார்வின் – குதிரை மீது

சந்தர்ப்பத்தில் ஒரு முறை நான் டெனெரிஃப்-இன் பெருமைகள் பற்றி பேசியிருந்தேன். சிலர் அவ்விடத்திற்குச் செல்லவிருப்பதாகச் சொன்னார்கள். ஆனால், அவர்கள் ஓரளவுதான் ஆர்வத்தில் இருந்தார்கள் என்றே நான் நினைக்கிறேன். எனக்கு அங்கு செல்ல வேண்டுமென்று முழு ஆர்வமிருந்தது. ஆகையால் லண்டனில் உள்ள ஒரு வியாபாரியிடம் கப்பல் பற்றி விசாரிக்க அவரிடம் என்னை அறிமுகப்படுத்திக் கொண்டேன். பீகிள் கப்பல் பயணத்தால் இந்தத் திட்டம் முற்றிலும் சிதைந்து போனது.

எனது கோடை விடுமுறை வண்டுகளைச் சேகரிப்பதிலும் படிப்பதிலும் சிறிய சுற்றுலாக்கள் போவதிலும் கழிந்தது. இலையுதிர் காலம் உட் ஹ்வுஸ் மற்றும் மேயர்-ரிலும் சில சமயங்களில் எய்டான்-இல் *(Eyton)* உள்ள இளைஞர்களுடனும் வேட்டையாடுவதிலும் கழிந்தது. கேம்ரிட்ஜில் நான் கழித்த மூன்று வருடங்கள்தான் என் வாழ்க்கையின் மகிழ்ச்சியான தருணமாகும். அப்போது நான் நல்ல உடல்நலத்தோடும், ஆர்வத்தோடும் இருந்தேன்.

1831-இன் ஆரம்பத்தில் கிறிஸ்துமஸின் போது நான் கேம்ப்ரிட்ஜுக்கு வந்தேன். எனது இறுதித்தேர்வில் தேறியபிறகும் இரண்டு பருவத்திற்கு இருக்குமாறு கட்டாயப்படுத்தப்பட்டேன். ஹென்ஸ்லோ என்னைப் புவியியல் படிக்குமாறு தேற்றினார். ஷ்ராப்சயருக்குத் திரும்பியவுடன் பிரிவுகள் *(Sections)* பற்றி ஆராய்ந்தேன். வரைபடத்தில் ஸ்ரூஸ்பெரியைச் சுற்றி உள்ள பகுதிகளுக்கு வண்ணம் தீட்டினேன். பழைய கற்பாறைகளுக்கு மத்தியில் தனது புகழ்பெற்ற புவியியல் ஆய்வு செய்வதற்காகப் பேராசிரியர் செட்விக் ஆகஸ்ட் மாத ஆரம்பத்தில் வடக்கு வேல்ஸ் செல்ல உத்தேசித்திருந்தார். அவரோடு சேர்ந்து செல்ல என்னையும் அனுமதிக்க ஹென்ஸ்லோ அவரிடம் கேட்டார். அதற்கேற்றார்போல் செட்விக் என்னுடைய தந்தையின் வீட்டில் வந்து தங்கினார்.

இந்த மாலைப்பொழுதில் அவருடனான ஒரு சிறிய உரையாடல் என் மனதில் அழுத்தமான தாக்கத்தை ஏற்படுத்தியது. ஸ்ரூஸ்பெரிக்கு அருகில் ஒரு சரளைக்கல் குழியை ஆய்வு செய்துகொண்டிருக்கும்போது குடிசையில் காணப்படும் சிமினி விளக்கு வடிவத்தில், உஷ்ண பிரதேசத்தைச் சேர்ந்த திருகு சுருள் வடிவிலான ஓடு ஒன்றை, சிதிலமடைந்த நிலையில் தான் கண்டுபிடித்ததாக ஒரு தொழிலாளி என்னிடம் சொன்னார். தான் அந்த ஓட்டை விற்கமாட்டேன்

என்று சொல்லியதிலிருந்து அது உண்மையில் அந்த குழியிலிருந்து கண்டுபிடிக்கப்பட்டது என்று நம்பினேன். இந்த உண்மையைச் செட்விக்கிடம் சொன்னபோது சிறிதும் சந்தேகமில்லாமல் உடனே அதை யாரேனும் அந்தக் குழியில் தூக்கி எறிந்திருப்பார்கள் என்றார். அந்த ஓடு அங்கேயே இருந்திருந்தால் உண்மையில் அது புவியியல் துறைக்கு ஒரு துரதிர்ஷ்டம் ஆகும். ஏனென்றால் இதுவரை நாம் மத்தியநில நாடுகளுடைய மேற்படிவுகள் பற்றி அறிந்த அனைத்து விஷயங்களையும் தூக்கியெறிவதாக இருக்கும் என்றார் அவர். இத்தகைய சரளைக்கல் படுகைகள் உண்மையில் பனிக்காலத்திற்குச் சொந்தமானவை. பிறகாலங்களில் அவைகளில் நான் ஆர்க்டிக் வகை ஓடுகளைக் கண்டேன். ஆனால், மத்திய இங்கிலாந்தின் மேற்பரப்பில் கண்டுபிடிக்கப்பட்ட அற்புதமான உஷ்ணபிரதேச ஓட்டைப்பற்றி செட்விக் எந்த மகிழ்ச்சியும் கொள்ளாதது எனக்குப் பெரும் ஆச்சரியமாக இருந்தது. உண்மைகளை ஒருமுகப்படுத்துவதன் மூலம் அவைகளிலிருந்து பொது முடிவுகள் அல்லது பொது விதிகளைப் பெறமுடியும் என்று நான் நிறைய அறிவியல் புத்தகங்களில் படித்திருந்தாலும் இதற்கு முன்னப்போதும் இல்லாத வகையில் இந்தச் சம்பவம் எனக்கு அதை உணர்த்தியது.

அடுத்த நாள் காலை, நாங்கள் லாங்கால்லென் *(Llangollen)*, கான்வேய் *(Conway)*, பங்கொர் *(Bangor)* மற்றும் கேபல் கூரிக் *(Capel Curig)* பகுதிகளுக்குப் பயணித்தோம். இந்தப் பயணம் ஒரு நாட்டினுடைய புவியியலை எவ்வாறு நிர்மாணிப்பது என்பது குறித்துக் கற்றுத்தந்தது. செட்விக் அவ்வப்போது என்னைப் பாறை மாதிரிகளைக் கொண்டுவரச் செய்து பின் வரைபடத்தில் அடுக்கை குறிக்கச்சொன்னார். இதை என்னுடைய நன்மைக்காகத்தான் செய்யச் சொன்னார் என்பதில் எனக்கு ஒரு சந்தேகம். ஏனென்றால் அவருக்கு

லாமா எனும் விலங்கை வேட்டையாடுதல்

உதவுவதில் நான் அப்பாவியாக இருந்தேன். பாறைகளை மிக கவனத்துடன் ஆய்வு செய்து Cwm இட்வால் (Cwm Idwal) இல் நிறைய நேரங்கள் செலவழித்தோம். பாறைகளில் புதைபடிவங்களைப் பார்க்கப் பார்க்க

செட்விக் ஆர்வமடைந்தார். ஆனால், எங்களைச் சுற்றி நேர்ந்திருந்த ஆச்சரியகரமான பனியாற்று நிகழ்வின் சுவட்டை எங்கள் இருவரில் யாரும் பார்க்கவில்லை. எளிமையான பாறைகளையும், அதைத் தாங்கி நின்ற குன்றுகளையும், பக்கவாட்டு மற்றும் கடைசிப்பகுதியில் காணப்பட்ட மணல் குவியல்களையும் நாங்கள் கவனிக்கவில்லை. இருப்பினும் இந்த நிகழ்வு கவனத்தைக் கவர்கிற வகையில் இருந்தது.

கேபல் கூரிக்-இல் நான் செட்விக்கைப் பிரிந்து கவராயம் மற்றும் வரைபடத்தைப் பயன்படுத்தி பார்மவுத்தை நோக்கி மலைகளினூடே நடக்க ஆரம்பித்தேன். எனது வரைபடத்தில் இல்லாத எந்தப் பாதையிலும் நான் செல்லவில்லை. இப்படியாக அதி அற்புதமான காட்டுப்பகுதியை வந்தடைந்தேன். இந்த மாதிரியான பயணத்தில் நான் நிறைய மகிழ்ச்சியை அனுபவித்தேன். கேம்ப்ரிட்ஜில் படித்துக்கொண்டிருந்த எனது நண்பர்களைப் பார்க்கவே நான் பார்மவுத்துக்குச் சென்றேன். அதிலிருந்து ஸ்ரூஸ்பெரி மற்றும் மேயருக்கு வேட்டையாடுவதற்காகவே கிளம்பினேன். அந்தக் காலத்தில் நான் புவியியலுக்கோ அல்லது வேறு எந்த அறிவியல் பிரிவிற்காகவோ என்னுடைய நேரத்தைச் செலவிடுவது மடத்தனம் என்றே எண்ணியிருப்பேன்.

பீகிள் கப்பற்பயணம்:
டிசம்பர் 27, 1831-லிருந்து அக்டோபர் 2, 1836 வரை

பீகிள்

வடக்கு வேல்ஸ்-லிருந்து சிறிய புவியியல் பயணத்தை முடித்துவிட்டுத் திரும்பியபோது ஹென்ஸ்லோவிடமிருந்து வந்த ஒரு கடிதத்தைப் பார்த்தேன். கேப்டன் ஃபிட்ஸ் ராய், பீகிள் கப்பற்பயணத்தில் தன்னோடு எந்தக் கட்டணமும் இல்லாமல் பயணம் மேற்கொள்ளும் ஒரு இளம் இயற்கையியல்வாதிக்கு, தனது அறையில் ஒரு இடம் கொடுக்க விரும்புவதாக அந்தக் கடிதம் சொல்லியது. அதற்கு பிறகு என்ன நிகழ்ந்தது என்பதை

பீகிளின் மேல்தளத்தில் டார்வின்

என்னுடைய *M.S.* இதழில் கூறியுள்ளேன். இந்த வாய்ப்பை உடனே ஏற்றுக் கொள்ளவே நான் விரும்பினேன். ஆனால், எனது தந்தை கடுமையாக மறுத்தார். ஆனால், என்னுடைய அதிர்ஷ்டம் "உன்னை அங்கே போகச் சொல்ல அனுமதிக்கும் புத்தியுள்ள யாரையேனும் நீ கண்டுபிடித்துக் கொண்டு வா அவர் சொன்னால் நான் சம்மதிக்கிறேன்" என்று என் தந்தை சொன்னார். அன்று மாலை இந்த வாய்ப்பை மறுத்து ஒரு கடிதம் எழுதினேன். அடுத்த நாள் காலை நான் மேயருக்கு வேட்டையாடச் சென்றேன். அப்போது எனது மாமா என்னுடைய தந்தையிடம் பேசுவதற்காக அவர் ஸ்ரூஸ்ப்ரி செல்வதாக என்னை அங்கு அழைத்துச் செல்ல வந்தார். இந்த வாய்ப்பை நான் ஏற்றுக்கொள்வதுதான் புதிசாலித்தனம் என்று அவர் நினைத்தார். இவ்வுலகத்தில் தலை சிறந்த உணர்வுள்ள மனிதர்களில் எனது மாமாவும் ஒருவர் என்று எனது தந்தை நம்பினார். ஆகையால் மிகக் கனிவுடன் அனுமதியளித்தார். கேம்ப்ரிட்ஜில் ஊதாரித்தனமாகச் செலவுசெய்தேன். என்னுடைய தந்தையை ஆற்றுப்படுத்த "பீகிள் கப்பல் பயணத்தில் எனக்கு அனுமதிக்கப்பட்ட அளவைவிட அதிகமாகச் செலவழிக்க மாட்டேன்" என்றேன். ஆனால், அவர் ஒரு புன்னகையுடன் "அவர்கள் நீ ஒரு அறிவாளி என்கிறார்கள்" என்றார்.

அடுத்த நாள் நான் ஹென்ஸ்லோவைக் காண கேம்ப்ரிட்ஜ் புறப்பட்டேன். அங்கிருந்து ஃபிட்ஸ் ராய்- ஐ காண லண்டன் புறப்பட்டேன். அனைத்தும் விரைவில் ஏற்பாடு செய்யப்பட்டது. ஃபிட்ஸ் ராயுடன் நெருக்கமான பிறகு என்னுடைய மூக்கின் வடிவத்தின் அடிப்படையில் நான் நிராகரிக்கப்படும் அபாயத்திலிருந்து தப்பித்ததாகக் கேள்விப் பட்டேன். ஃபிட்ஸ் ராய் லாவேடெர் (*Lavater*) அவர்களின் மாணவன். ஒரு மனிதனின் புறத் தோற்றங்களை

வைத்தே அவனது குணத்தைத் தீர்மானிக்க முடியும் என்று நம்பினார். என்னுடைய மூக்கின் வடிவத்தில் உள்ள ஒருவன் இந்தப் பயணத்திற்குத் தேவையான ஆற்றலையும் தைரியத்தையும் பெற்றிருப்பானா என்று சந்தேகப்பட்டார். அதன்பிறகு எனது மூக்கைப்பற்றி அவர் பேசியது தவறு என்று உணர்ந்திருப்பாரென்று நினைக்கிறேன்.

உயர்ந்த குணங்கள் கொண்ட ஃபிட்ஸ் ராயுடைய பண்பு ஒருமைத் தன்மை வாய்ந்தது. தன்னுடைய பணியில் அர்ப்பணிப்புள்ளவர், தவறு செய்தால் மன்னிக்கும் பெருந்தன்மை; கம்பீரமானவர்; தீர்மானகரமானவர்; அசைக்கமுடியாத ஆற்றலுள்ளவர்; அவரின் ஆளுமைக்குட்பட்டவர்களின் சிறந்த நண்பன். யார் உதவப்படுவதற்குத் தகுதியுள்ளவர்கள் என்று நினைக்கிறாரோ அவருக்கு உதவ எத்தகைய கஷ்டத்தையும் எதிர் கொள்வார். அழகானவர்; உயர்ந்த மனிதர்; மரியாதை கொடுக்கும் பண்புடையவர்; இவருடைய குணங்கள் அனைத்தும் அவருடைய தாய் வழி மாமா லார்ட் காஸ்ட்ல் ரீக் இன் (Lord Castlereagh) குணங்களை ஒத்திருப்பதாக ஒரு முறை ரியோவில் (Rio) ஒரு அமைச்சர் சொன்னார். இருப்பினும் இவரது குணங்களை இவர் இரண்டாம் சார்லஸிடமிருந்து வரித்திருக்க வேண்டும். ஏனென்றால், டாக்டர் வாலிச் (Dr.Wallich) ஒரு முறை என்னிடம் அவர் தொகுத்த புகைப்படங்களைக் கொடுத்தார். அதில் ஒரு புகைப்படத்தின் தோற்றம் ஃபிட்ஸ் ராயின் தோற்றத்தோடு ஒத்திருப்பதைப் பார்த்து ஆச்சரியமடைந்தேன். பெயரைக் கூர்ந்து கவனிக்கும்போது அது அதே முடியாட்சியின் வழித்தோன்றலான *Ch.E.* சோபிஎஸ்கி ஸ்டுவர்ட், கவுண்ட் டி' அல்பேனி, *(Ch.E. Sobieski Stuart, Count d'Albanie)* என்று அறிந்தேன்.

டார்வின் திறமையான பழங்குடி வேட்டைக்காரர்களை சந்திக்கிறார்

ஃபிட்ஸ் ராயுடைய சுபாவம் சற்றுத் துரதிர்ஷ்டவசமானது. எப்பொழுதும் காலைப்பொழுது மோசமானதாக இருக்கும். அவருடைய கழுகுப்பார்வை கப்பலில் ஏதாவது ஒன்று தவறி உள்ளதைக் கண்டுபிடிக்கும். அதன் பிறகு குற்றம் சொல்வதில் யாரையும் விட்டு வைப்பதில்லை. அவர் என்னிடம் அன்பாக இருப்பார். ஒரே அறையில் உணவருந்தியிருந்தாலும் நெருக்கம் என்கின்ற அடிப்படையில் அவரோடு இருக்கமுடியாத கடினமான மனிதர். எங்களுக்குள் நிறைய சண்டைகள் வந்ததுண்டு. உதாரணத்திற்கு, பிரேசிலில் உள்ள

பாஹியா எனுமிடத்தில் நாங்கள் கடல் பயணம் மேற்கோள்ளும்போது அடிமை முறையை ஆதரித்தும் புகழ்ந்தும் பேசினார். அதை நான் வெறுத்தேன். சற்று முன்னர் ஒரு பெரிய அடிமைகள் வைத்திருக்கும் முதலாளியைச் சந்தித்தேன். அவர் தனது அடிமைகளைக் கூப்பிட்டு அவர்களெல்லாம் மகிழ்ச்சியாக இருக்கிறார்களா என்று கேட்டார். பின் அவர்கள் விடுதலை பெற விரும்புகிறார்களா என்றும் கேட்டார். ஆனால் அவர்கள் ஒருமித்த குரலில் “இல்லை” என்றார்கள் என்றார் ஃபிட்ஸ் ராய். நான் சற்று உறுமலுடன் தங்களது முதலாளி இருக்கும்போது அடிமைகள் கூறிய பதில் நம்பத்தகுந்ததா என்று கேட்டேன். கடும் கோபத்துடன் நான் அவரது வார்த்தைகளைச் சந்தேகித்ததாக எண்ணி இனிமேல் நாமிருவரும் ஒன்றாக இருக்க முடியாது என்று சொல்லிவிட்டார். அந்தக் கப்பலை விட்டு வெளியேறும் கட்டாயத்திற்கு நான் உள்ளாக்கப்பட்டிருக்கிறேன் என்று நினைத்தேன். இந்தச் செய்தி பரவியதும் கப்பலின் கேப்டன் என்னைத் திட்டுவதன் மூலம் அவரது கோபத்தைத் தணிக்க முதல் லெஃப்டினண்ட்-ஐ (*First Lieutenant*) அனுப்பினார். சில மணி நேரங்கள் கழித்து ஃபிட்ஸ் ஒரு அதிகாரியை அனுப்பி மன்னிப்புக் கேட்டு, மீண்டும் இருவரும் ஒன்றாக இருக்கலாம் என்ற செய்தியை அனுப்பி அவரது வழக்கமான பெருந்தன்மையைக் காட்டினார். அவரது பண்பு பல வகைகளில் மிக உயர்ந்த ஒன்றாக இருந்தது.

பீகிளில் எனது பயணம் என்பது மொத்தத்தில் என் வாழ்நாளில் மிக முக்கியமான நிகழ்வாகும். எனது வாழ்க்கையைத் தீர்மானித்ததும் இந்த நிகழ்வுதான். என்னுடைய மாமா என்னை ஸ்ரூஸ்பெரிக்கு 30 மைல்கள் அழைத்துச்செல்ல தயாராக இருந்தது மற்றும் என்னுடைய மூக்கின் வடிவம் போன்ற உதவாத விஷயங்கள் இவைகளையெல்லாம் சேர்ந்தது

டார்வின் சில அற்புதமான விலங்குகளைக் கண்டார்

தான் இந்த நிகழ்வு. இதுதான் முதல் கல்வி அல்லது முதல் பயிற்சி என்ற வகையில் இந்தப் பயணத்திற்கு நான் கடமைப்பட்டிருக்கிறேன் என்று எப்போதும் உணர்ந்திருக்கிறேன். இயற்கை வரலாற்றின் பல்வேறு பிரிவுகளை அருகிலிருந்து நோக்க நான் வழிகாட்டப்பட்டேன். இப்படியாக எனது கவனிக்கும் ஆற்றல் அதிகரித்தது.

நாங்கள் பயணித்த அனைத்துப் பகுதிகளின் புவியியல் ஆராய்ச்சி என்பது மிக முக்கியமான ஒன்றாகும். ஏனென்றால் இங்கு காரணம் அறிதல் முக்கியமான பங்கு வகித்தது. ஒரு புதிய மாவட்டத்தை ஆய்வு செய்யும்போது ஒழுங்கற்ற வகை பாறைகளைத் தவிர

நம்பிக்கையின்மையைத் தருகின்ற வகையில் எதுவும் அங்கிருக்காது. பல இடங்களில் புதைபடிவங்கள், பாறைகளின் இயல்புகள் மற்றும் அடுக்குகளைப் பதிவு செய்வதன் மூலமும் மற்றும் வேறு என்ன இடங்களில் என்ன கண்டுபிடிக்கப்படும் என்று அனுமானிப்பதற்குள்ளும் அந்த இடத்தின் ஒளி மங்க ஆரம்பித்துவிடும். அந்த இடத்தின் மொத்த வடிவமும் பார்வையால் ஊகித்தறியமுடியாததாகிவிடும். லெய்ல்-உடைய *(Leyll) Principles of Geology* என்ற புத்தகத்தை நான் எடுத்து வந்திருந்தேன். அதை மிக கவனத்துடன் படித்தேன். பல வழிகளில் அந்தப் புத்தகம் எனக்குச் சேவையாற்றியது. கேப் டி வெர்டெ *(Cape de Verde)* தீவில் நான் முதன் முதலில் ஆய்வு செய்த செயிண்ட். ஜாகோ *(St.Jago)* என்னுமிடம் லெய்ல் புவியியலைக் கையாளும் விதத்தின் ஆச்சரியப்படத்தக்க மேன்மையை எனக்குக் காட்டியது.

எனது மற்றொரு பணி அனைத்து வகையான விலங்குகளைச் சேகரித்தும் அவைகளைப் பற்றி விவரித்தும் கூறாய்வு செய்வதாகும். அவைகளில் பெரும்பான்மையானவை கடல் சார்ந்த விலங்கினங்களாகும். எந்த முடிவையும் எட்ட முடியாததாலும், உடற்கூறாய்வியலில் போதிய அறிவு இல்லாததாலும் கடற்பயணத்திபோது உருவான *M.S* தொகுப்புகள் பயனற்றுப்போயின. க்ரஸ்டேசியன்ஸ் *(Crustaceans)* பற்றிய குறைந்த அறிவைப்பெற்றது தவிர மற்றபடி இதில் அதிக நேரம் விரயமானது. ஆனால், பிற்காலத்தில் சிர்ரிபீடியா *(Cirripedia)* பற்றி ஒரு தனிக்கட்டுரை எழுதினேன்.

ஒரு நாளில் கிடைத்த நேரத்தைப் பயன்படுத்தி என்னுடைய இதழை எழுதினேன். நான் பார்த்த அனைத்தையும் கவனத்துடனும் தெளிவுடனும் விவரிப்பதில் அதிக சிரத்தை எடுத்துக்கொண்டேன். உண்மையில் இது ஒரு சிறந்த பயிற்சியாக இருந்தது.

காட்டினுள் துப்பாக்கியுடன்

என்னுடைய இதழ் எனது வீட்டிற்கு ஒரு கடிதம்போல் செயல்பட்டது. வாய்ப்புக் கிடைக்கும் போதெல்லாம் அதில் ஒரு பகுதி லண்டனுக்கு அனுப்பப்பட்டது.

உராங்உடான்

ராட்சத ஆமையின் மீது ஒரு பயணம்

நான் ஈடுபட்டுள்ள தொழிலில் குவிக்கப்பட்ட கவனம் மற்றும் ஆற்றலுள்ள உழைப்போடு ஒப்பிடுகையில் மேலே கூறப்பட்ட வாசிப்புகள் ஒன்றும் அவ்வளவு முக்கியமாய்த் தெரியவில்லை. நான் எதைப்பற்றிப் படித்தேனோ அல்லது நினைத்தேனோ அவைகளை நேரிடையாக நான் பார்த்தவற்றோடும், பார்க்க விரும்பியதோடும் தொடர்புபடுத்தினேன். இத்தகைய மனப்பழக்கம் என்னுடைய ஐந்தாண்டு கப்பல் பயணம் முழுவதும் தொடர்ந்தது. இந்தப் பழக்கம்தான் நான் அறிவியலில் என்ன சாதிக்க நினைத்தேனோ அதைச் சாதிக்க உதவியது.

அறிவியலின்பால் எனக்கு இருந்த காதல் எப்படி மற்ற ரசனைகளை விட முதன்மை பெற்றது என்று என்னால் உணர முடிகிறது. முதல் இரண்டு வருடங்களில்

வேட்டையாடுவதில் உள்ள எனது பழைய ஆர்வம் புது வலிமையுடன் பொலிவு பெற்றது. என்னுடைய சேகரித்தலுக்காக நான் பறவைகளையும் விலங்குகளையும் சுட்டேன். போகப்போக நான் எனது துப்பாக்கியை கைவிட ஆரம்பித்தேன். சுடுதல், குறிப்பாக ஒரு இடத்தின் புவியியல் அமைப்பை வரையறுக்கும் எனது பணியில் குறுக்கிட்டதால் கடைசியில் துப்பாக்கியை எனது வேலைக்காரருக்குக் கொடுத்துவிட்டேன். என் நினைவுக்கும், புத்திக்கும் எட்டாமல் கவனித்தல் மற்றும் காரணம் காணுதலில் உள்ள மகிழ்ச்சி ஒரு விளையாட்டில் உள்ளதைவிடக் கூடுதலானது என நான் கண்டறிந்தேன். நான் இதற்கு முன்னெப்போதும் பார்த்திடாத சிறந்த கவனிப்பாளரும், எதையும் சந்தேகக் கண்ணோட்டத்தோடு பார்க்கக்கூடியவருமான, மண்டை ஓட்டியலில் நம்பிகையில்லாதவருமான என் தந்தை என்னுடைய தொழில்நாட்டத்தின் மூலமே எனது மனவளர்ச்சி சாத்தியமானது என்று ஆமோதித்தார். கடல் பயணத்திற்கு பின்பு என்னை முதலில் பார்த்த என் தந்தை சுற்றியிருந்த சகோதரிகளிடம் "இவனுடைய தலையின் வடிவம் முற்றிலும் மாற்றியமைக்கப்பட்டிருக்கிறது" என்றார்.

1831 செப்டம்பர் 11-இல் ப்லைமவுத் (Plymouth)-இல் நின்ற பீகிள் கப்பலை ஃபிட்ஸ் ராயுடன் சென்று பார்த்தேன். அங்கிருந்து எனது தந்தை மற்றும் சகோதரிகளிடம் வாழ்த்து பெற ஸ்ரூஸ்பெரி சென்றேன். அக்டோபர் 24-இல் ப்லைமவுத்-இல் தங்கினேன். டிசம்பர் 27இல் பீகிள் கப்பல் இவ்வுலகைச் சுற்றிவர இங்கிலாந்து கடற்கரையை விட்டுப் புறப்படும் வரை நான் அங்கேயே தங்கியிருந்தேன். இதற்குமுன் சுற்றி வர இரண்டு முயற்சிகளை மேற்கொண்டோம். ஆனால், கடுமையான காற்றினால் நாங்கள் திருப்பி அனுப்பப்பட்டோம். பல வழிகளில் ஜீவிக்க முடிந்தாலும்,

உள்ளூர் மக்களுடன் சேர்ந்து ஒரு நதியை ஆராய்தல்

நான் ப்லைமவுத்தில் தங்கியிருந்த அந்த இரண்டு மாதங்கள் பரிதாபகரமானது. எனது குடும்பத்தையும் நண்பர்களையும் நீண்ட காலத்திற்குப் பிரிந்திருப்பதை நினைத்து எனது ஊக்கத்தை இழந்திருந்தேன். பருவநிலை சொல்லமுடியாதபடி இருண்மையாக இருந்தது. இதயத்தில் வலியும், படபடப்பையும் உணர்ந்தேன். பல அறியாத இளைஞர்களைப்போல் அதுவும் அறைகுறை மருத்துவ அறிவு உள்ள ஒருவனாக நான் எனக்கு இதய

நோய் இருப்பதாக நம்பினேன். நான் இந்தப் பயணத்திற்கு முழுதும் தகுதியற்றவன் என்ற மருத்துவரின் தீர்ப்பை எதிர்பார்த்து அவரைக் கலந்தாலோசிக்கவில்லை. எந்த ஆபத்தையும் சந்திக்க தீர்மானித்துக் கொண்டேன்.

பழங்குடியினர் நடனமாடுவதை பார்வையிடும் டார்வின்

என்னுடைய இதழில் எனது பயணம் பற்றி போதுமான அளவுக்கு விளக்கம் கொடுக்கப்பட்டுள்ளதால் எங்கு நாங்கள் சென்றோம், என்ன செய்தோம் என்ற விளக்கத்தை மீண்டும் தரத் தேவையில்லை. வேறெந்தக் காட்சிகளைத் தவிரவும் உஷ்ணப் பிரதேசத்தின் பசுமைதான் என் மனதின் முன்னால் தற்போது நிற்கிறது. என்னுள் ஒரு உன்னத உணர்வைக் கிளப்பிய பாடகோனியாவின் (Patagonia) பெரிய பாலைவனங்களும், டீரா டெல் ஃப்யூகோவின் (Tierra del Fuego) வனம் சூழ்ந்த மலைகளின் மேன்மை உணர்வும் என்னில் அழிக்கமுடியாத தாக்கத்தை ஏற்படுத்தின. ஒரு நிர்வாணக் காட்டுமிராண்டியை அவரது சொந்த நிலத்தில் பார்த்த நிகழ்வு மறக்கமுடியாதது.

குதிரை சவாரி மூலம் அல்லது படகுகள் மூலம் பல்வேறு நாடுளுக்கு மேற்கொள்ளப்பட்ட சுற்றுப்பயணம் மிகுந்த ஆர்வமுடையதாக இருந்தது. ஆரம்பத்தில் இத்தகைய பயணத்தில் ஏற்படும் அசௌகரியம் மற்றும் ஆபத்தின் அளவு ஓரளவு தடங்கலாக இருந்தது. அதன் பிறகு அப்படியில்லை. பவளத் தீவுகளின் பிரச்சினைகளைத் தீர்த்தல் மற்றும் செயிண்ட் ஹெலீனா (St.Helena) போன்ற தீவுகளின் புவியியல் அமைப்பைக் கண்டறிதல் போன்ற சில அறிவியல் பணிகளில் எனக்கு மிகுந்த திருப்தி. கலபாகோஸ் (Galapagos) தீவுக்கூட்டத்தில் உள்ள பல தீவுகளில் வசிக்கின்ற தாவரங்கள் மற்றும் விலங்குகளின் ஒற்றைத் தொடர்பையோ அல்லது தெற்கு அமெரிக்காவில் வசிப்பவர்களோடு இவைகளுக்குண்டான தொடர்பையோ கண்டுபிடிக்கிற அளவிற்கு நான் கடந்து போகவில்லை.

கண்டுபிடித்தலில் உள்ள பரவசத்திலிருந்தும், இயற்கை விஞ்ஞானத்தில் உள்ள எண்ணற்ற உண்மைகளில் சில உண்மைகளைச் சேர்க்கும் கடுமையான ஆர்வத்திலிருந்தும்தான் நான் இந்தப் பயணத்தில்

இயன்றளவு உழைத்தேன். அறிவியலாளர்கள் மத்தியில் ஒரு நியாயமான இடத்தைப் பெறவேண்டும் என்ற வேட்கையோடும் இருந்தேன். ஆனால் எனது வேட்கை என்னோடு பணிபுரிந்தவர்களின் வேட்கையோடு ஒப்பிடுகையில் அதிகமா அல்லது குறைவா என்று என்னால் சொல்லமுடியாது. செயிண்ட் ஜாகோ தீவின் புவியியல் சிறப்பானது. எளிமையானதும் கூட. ஓடுகள் மற்றும் பவளங்களால் ஆன எரிமலைப் பிரவாகம் கடலின் மேற்பரப்பில் படிந்தது. இது பிறகு கடினமான வெள்ளைப் பாறையாக மாற்றமடைந்தது. அதிலிருந்து அந்தத் தீவு முழுவதும் உருமாற்றம் அடைந்தது. ஆனால் வெள்ளைப் பாறைகளின் சுவடுகள் எனக்கு ஒரு முக்கியமான உண்மையை உணர்த்தின. அதாவது, எரிமலை வாயைச் சுற்றிலும் உள்ள பகுதி உள் வாங்கப்பட்டு, செயல்பாட்டில் இருந்த எரிமலைக் குழம்புகள் வீசியெறியப்பட்டுள்ளன. நான் பயணித்த நாடுகளின் புவியியலை ஒரு புத்தகமாக எழுதலாம் என்ற எண்ணம் முதன்முதலில் என்னில் உதித்தது. இது சிலிர்ப்பூட்டுவதாகவும், சந்தோசப்படுத்துவதாகவும் இருந்தது. என் மனதில் நிலைத்திருக்கக்கூடிய சிறந்த தருணம் இது. எரிமலை இருக்கக்கூடிய தாழ்வான செங்குத்து மலையின் அடிப்பகுதியில் நான் ஓய்வெடுத்தது, பிரகாசிக்கும் சூரிய ஒளி, அருகில் வளர்ந்திருந்த வினோதமான பாலைவனச் செடிகள், எனது காலடியில் காணப்பட்ட கடல் குளங்களில் வாழும் பவளப்பாறைகள் என அனைத்தையும் இப்பொழுதும் என் கண்முன் கொண்டுவரமுடியும். பயணத்தின் பிற்பகுதியில் ஃபிட்ஸ் என்னிடம் எனது இதழை மீண்டும் படிக்கச்சொன்னார். இவைகள் பிரசுரிக்கப்படுவதற்குத் தகுதியானவை என்றார். என்னுடைய அடுத்த புத்தகம் தயார்!

நான் அஸ்ஸென்சனில் (*Ascension*) இருந்தபோது பயணத்தின் முடிவில் ஒரு கடிதம் கிடைத்தது. அதில் எனது சகோதரிகள் செட்விக் எனது தந்தையை வந்து சந்தித்தார் என்றும், நான் தலைசிறந்த அறிவியலாளனாக வரவேண்டும் என்று சொன்னார் என்றும் கூறியிருந்தார்கள். அந்த நேரத்தில் இவர் எப்படி என்னுடைய செயல்பாடுகள் பற்றித் தெரிந்துகொண்டிருப்பார் என்று புரிந்துகொள்ள முடியவில்லை. ஹென்ஸ்லோ நான் அவருக்கு எழுதிய சில கடிதங்களை கேம்ப்ரிட்ஜ் தத்துவவியல் கழகத்தில் (*Philosophical Society of Cambridge*) படித்தார் என்றும் அவற்றைத் தனிச்சுற்றுக்கு மட்டும் அச்சிட்டு விநியோகித்தார் என்றும் கேள்விப்பட்டேன். ஹென்ஸ்லோவுக்கு நான் அனுப்பிய தொல்லியல் எலும்புகள் தொல்லியியலாளர்களை மகிழ்ச்சிபடுத்தியது. இந்தக் கடிதத்தைப் படித்த பின்பு நான் அஸ்ஸென்சன் மலையில் கவனமாக அடிவைத்து ஏறி எனது புவியியல் சுத்தியல் கொண்டு எரிமலைப் பாறைகளை எதிரொலிக்கச்செய்தேன். இவைகளெல்லாம் நான் எவ்வளவு வேட்கையோடு இருந்தேன் என்பதைக் காட்டுகிறது. என்னுடைய நண்பர்களாக இருந்த, லெய்ல் மற்றும் ஹூக்கர் (*Hooker*) போல புகழைப் பெற பெரிய அளவில் கவனம் எடுத்துக்கொண்டேன் என்று உண்மையை நான் ஒத்துக்கொள்ளவேண்டும். நான் பொதுமக்களைக் கவனத்தில் எடுத்துக்கொள்ளவே இல்லை. எனக்குச் சாதகமான விமர்சனம் மற்றும் என்னுடைய புத்தகங்கள் அதிக அளவில் விற்கப்படுவதுதான் எனக்கு மிகுந்த மகிழ்ச்சியைக் கொடுக்கும் என்ற அர்த்தத்தில் நான் சொல்லவில்லை. ஆனால், அந்த மகிழ்ச்சி முழுமை பெற்ற ஒன்றாக இருக்க வேண்டும். நான் புகழ்பெற என் வழியிலிருந்து ஒரு அங்குலம் கூடப் பிறழவில்லை என்பதில் சரியாக இருக்கிறேன்.

இங்கிலாந்துக்குத் திரும்புதலிலிருந்து (அக்டோபர் 2, 1836) எனது திருமணம் வரை (ஜனவரி 29, 1839)

இந்த இரண்டு வருடங்கள் மற்றும் மூன்று மாதங்கள் நான் மிகவும் சுறுசுறுப்பாகக் கழித்த நாட்கள். அவ்வப்போது உடல்நிலை சரியில்லாத காரணத்தால் சில காலங்கள் வீணாயின. ஸ்ரூஸ்பெரி, மேயர், கேம்ப்ரிட்ஜ் மற்றும் லண்டனுக்கிடையே போவதும் வருவதுமாக இருந்த

நான் கடைசியில் டிசம்பர் 13இல் கேம்ப்ரிட்ஜில் தங்கினேன். நான் சேகரித்த அனைத்து விஷயங்களும் ஹென்ஸ்லோவின் கண்காணிப்பில் இருந்தன. அங்கு மூன்று மாதங்கள் தங்கினேன். பேராசிரியர் மில்லரின் *(Pro.Miller)* உதவியோடு நான் சேகரித்து வைத்திருந்த தாதுக்கள் மற்றும் பாறைகள் ஆய்வு செய்யப்பட்டன.

என்னுடைய *Journal of Travels* என்ற புத்தகத்தைத் தயார் செய்ய ஆரம்பித்தேன். அது என்னுடைய *MS* இதழைப்போல் ஒரு கடினமான வேலை இல்லை. *MS* இதழ் மிகுந்த கவனத்துடன் எழுதப்பட்ட ஒன்று. இதில் என்னுடைய தலையாய உழைப்பு என்னுடைய சுவராஸ்யமான அறிவியல் முடிவுகளின் சாராம்சத்தை உருவாக்குவதுதான். லெய்ல்-இன் வேண்டுகோளின்படி சிலி கடற்கரையின் முகப்புத்தோற்றம் பற்றிய எனது விளக்கத்தைப் புவியியல் கழகத்திற்கு *(Geological Society)* அனுப்பிவைத்தேன்.

மார்ச் 7, 1837-இல் நான் லண்டனில் உள்ள கிரேட் மார்ல்பரஃப் *(Great Marlborough)* தெருவில் வசித்தேன். அங்கு இரண்டு வருடங்கள்- எனக்குத் திருமணம் ஆகும் வரை- தங்கியிருந்தேன். இந்த இரண்டு வருடங்களில் என்னுடைய இதழை முடித்தேன். புவியியல் கழகத்திற்கு முன்பு நிறைய கட்டுரைகள் வாசித்தேன். என்னுடைய *Geological Observations* படைப்பிற்காக *MS* இதழைத் தயாரிக்க ஆரம்பித்தேன். *Zoology of the Voyage of the Beagle* புத்தகத்தை வெளியிடுவதற்கான ஏற்பாடுகளைச் செய்தேன். நான் நீண்ட காலமாக யோசித்து வந்த வந்த உயிரினங்களின் தோற்றம் *(Origin of Species)* புத்தகத்திற்கான ஆரம்ப குறிப்பேட்டை ஜூலை 1-இல் தயார் செய்தேன். அதிலிருந்து அடுத்த 20 வருடங்களுக்கு நான் உழைப்பதை ஒருபோதும் நிறுத்திக்கொள்ளவில்லை.

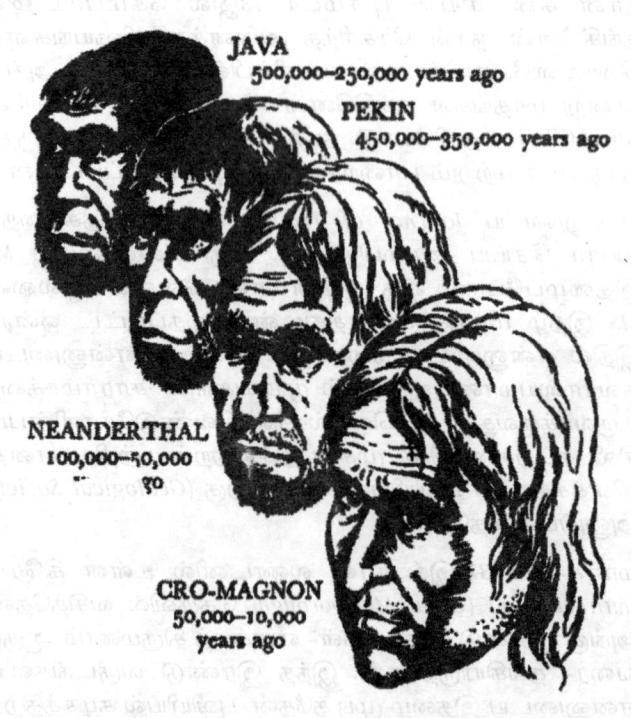

இந்த இரண்டு வருடத்தில் நான் சமூகத்தின் பக்கம் திரும்பினேன். புவியியல் கழகத்தின் மதிப்புறு செயலாளர்களில் ஒருவராகச் செயல்பட்டேன். லெய்ல் அவர்களை நிறைய முறை சந்தித்தேன். மற்றவர்களின் பணியில் அவருக்கிருந்த கரிசனம்தான் அவருடைய தலையாய குணங்களில் முதன்மையானது. இங்கிலாந்து திரும்பியபின், நான் பவளப் பாறைகள் குறித்த எனது கருத்தை அவரிடம் விளக்கியபோது அவர் காட்டிய ஆர்வம் கண்டு நான் ஆச்சரியமும் ஆனந்தமும் அடைந்தேன். இந்த விஷயம் எனக்கு

ஊக்கத்தைக் கொடுத்தது. அவரது அறிவுரை மற்றும் எடுத்துக்காட்டுகள் என்னில் பெரும் தாக்கத்தை ஏற்படுத்தின. இதே காலத்தில் நான் இராபர்ட் ப்ரவுன் -ஐ நிறைய முறை சந்தித்தேன். ஞாயிற்றுக்கிழமை காலை வேளைகளில் அவரோடு சேர்ந்து காலை உணவு அருந்துவதும் சந்திப்பதும் தொடர்ந்தது. கூர்மையான கருத்துகள், ஆச்சரியப்படத்தக்க அவதானிப்புகளைக் களஞ்சியம்போல் பொழிந்தார். அவைகளெல்லாம் சின்ன விஷயங்கள் பற்றியே இருந்தன. அவர் ஒருபோதும் பரந்த அல்லது பொதுவாக எழும் அறிவியல் கேள்விகள் பற்றி என்னிடம் விவாதித்ததே கிடையாது.

இந்த இரண்டு வருடங்களில் பொழுதுபோக்கிற்காக இரண்டு பயணங்களை மேற்கொண்டேன். ஒரு பயணம் நீண்டது. மற்றது க்லென் ராய் *(Glen Roy)* சென்றது. இது குறித்த விளக்கம் *Philosophical Transaction* புத்தகத்தில் வெளியிடப்பட்டுள்ளது. இந்தக் கட்டுரை ஒரு பெரும் தோல்வி. இதைப்பற்றி நான் வெட்கப்பட்டேன். தென் அமெரிக்க நிலங்களின் முகப்புத்தோற்றம் குறித்து நான் கண்ட விஷயங்களினால் ஆகர்ஷிக்கப் பட்டிருந்த வேளையில் கடலின் செயல்பாட்டிற்கு நான் இணைகோடுகளைக் காரணம் காட்டினேன். அகாஸ்சிஸ் தன்னுடைய பனியாறு-ஏரி கொள்கையை *(Glacier-lake Theory)* முன்மொழிந்தபோது நான் என்னுடைய இந்தக் கருத்தை கைவிட வேண்டியிருந்தது. எங்களுடைய இந்த அளவிலான அறிவிலில் வேறு எந்த விளக்கங்களும் சாத்தியமில்லாத ஒன்றாக இருந்தது. நான் கடல் செயல்பாடுகளுக்கு ஆதரவாக வாதாடினேன். அறிவியலில் விலக்குதல் தத்துவத்தை ஒருபோதும் நம்பக்கூடாது என்ற தவறுதான் எனக்கு ஒரு பாடமாக அமைந்தது.

அறிவியலோடு சேர்ந்து எல்லா நாட்களும் பணிபுரிய முடியாது என்பதால் இந்த இரண்டு வருடங்களில்

பல்துறை சார்ந்த புத்தகங்களைப் படித்தேன். ஆனால், இத்தகைய வாசிப்புகள் எனக்கு ஒத்துவரவில்லை. வோர்ட்ஸ்வொர்த் மற்றும் காலரிட்ஜ் கவிதைகள் எனக்கு மகிழ்ச்சியைக் கொடுத்தன. *Excursion*-ஐ இரண்டு முறை படித்தேன் என்று என்னால் பெருமைப்பட்டுக்கொள்ள முடியும். இதற்கு முன் மில்டனுடைய *Paradise Lost* எனக்குப் பிடித்த புத்தகமாக இருந்தது. பீகிளில் பயணம் செய்யும்போது ஏதாவது ஒரு புத்தகத் தொகுதியைத்தான் படிக்கவேண்டும் என்ற சூழல் வரும்போது நான் மில்டனைத்தான் தேர்ந்தெடுத்தேன்.

ஆஸ்ட்ரிச் பறவையை துரத்திச்செல்லும் டார்வின்

ஜனவரி 29, 1839 என்னுடைய திருமணம் மற்றும் அப்பர் கொவெர் (Upper Gower) தெருவில் என்னுடைய வாசம் மற்றும் லண்டனிலிருந்து நீங்கி செப்டம்பர் 14, 1842-இல் டவுன் (Down) தெருவில் குடியேறுதல் வரை.

[தனது மகிழ்ச்சியான திருமண வாழ்க்கை மற்றும் குழந்தைகள் பற்றி பேசிய பிறகு தொடர்கிறார் டார்வின்.]

என்னுடைய வாழ்க்கையில் வேறெந்தக் காலத்திலும் நான் உழைத்த உழைப்பைவிட இந்தக் காலத்தில்தான் என்னுடைய உழைப்பு மிகக் கடுமையாக இருந்தது. இருப்பினும் இந்த மூன்று வருடங்கள் எட்டு மாதங்களில் என்னுடைய அறிவியல் பணி குறைந்த அளவே இருந்தது. தொடர்ந்த உடல் நலமின்மையும், ஒரு நீண்ட ஆபத்தான நோயுமே காரணம். என்னுடைய நேரத்தின் பெரும்பகுதி பவளப்பாறைகள் பற்றிய எனது பணிக்கே அர்ப்பணிக்கப்பட்டது. இப்பணி எனது திருமணத்திற்கு முன்னரே ஆரம்பித்திருந்தது. அதற்கான நிரூபணத் தாள் *(Proof Sheet)* கூட மே 6, 1842-இல் சரிபார்க்கப்பட்டது. பசிபிக் தீவுகள் பற்றிய ஒவ்வொரு புத்தகத்தையும் நான் படிக்க வேண்டியிருந்ததாலும், நிறைய வரைபடங்களைக் கலந்தாலோசிக்க வேண்டியிருந்ததாலும் இந்தச் சிறிய புத்தகத்தை முடிக்க எனக்கு 20 மாத கடின உழைப்புத் தேவைப்பட்டது. அறிவியலாளர்களால் இப்புத்தகம் மதிக்கப்பட்டது. அதில் கூறப்பட்டுள்ள வாதம் தற்போது சிறப்பாக நிறுவப்பட்டுள்ளது.

என்னுடைய வேறெந்தப் பணியும் இந்தப் பணிபோல் காரணத்திலிருந்து விளைவை நோக்கும் நோக்கத்தில் ஆரம்பிக்கப்பட்டதல்ல. ஏனென்றால் நேரில் பவளப்பாறையைப் பார்ப்பதற்கு முன்பே தென் அமெரிக்காவின் மேற்குக் கடற்கரை குறித்த தத்துவம் என் எண்ணத்தில் உருவானது. இப்பொழுது நான்

வாழும் பவளப்பாறைகளைக் கவனத்துடன் ஆய்வு செய்வதன் மூலம் என்னுடைய கருத்துகளைச் சரிபார்க்க, மேலெடுத்து செல்லவேண்டியிருந்தது. ஆனால், முந்தைய இரண்டு வருடங்களில் நான் தென் அமெரிக்க கடற்கரையின் விளைவுகளை- வண்டல்கள் படிந்தும் பாறைகள் அரிப்பெடுத்தும், விட்டுவிட்டு நிலப்புடைப்புக் காணப்பட்டமை- கவனித்து வந்தேன் என்பது முக்கியமானது. இது என்னை நில உள்வாங்கலின் விளைவுகள் குறித்து ஆழ்ந்து சிந்திக்கும் தேவையை ஏற்படுத்தியது.

நான் லண்டனில் வசித்தபோது, பவளப்பாறைகள் குறித்த எனது பணியோடு, புவியியல் கழகத்திற்கு முன்பு தென் அமெரிக்க ஒழுங்கற்ற மலைகள் குறித்தும், பூகம்பம் குறித்தும், பூஞ்சை காளான்கள் மூலம் பூமியில் புழுக்கள் உருவாக்கும் முகமை குறித்தும் கட்டுரைகள் வாசித்தேன். மேலும் Zoology of the Voyage of the Beagle புத்தக பதிப்பிற்கான வேலையையும் மேற்பார்வையிட்டு வந்தேன். 'உயிரினங்களின் தோற்றம்' படைப்போடு தொடர்புடைய உண்மைகளைச் சேகரிப்பதையும் நான் நிறுத்திவைக்கவில்லை. உடல் நிலை சரியில்லாதபோது ஒன்றுமே செய்யமுடியாத வேளையில் இந்தச் சேகரித்தலை சில நேரங்களில் மட்டுமே செய்ய முடிந்தது.

1842ஆம் ஆண்டு கோடைகாலத்தில் நான் சில காலங்களாக இருந்ததைவிட மிக வலிமையாக இருந்தேன். முன்பு, மிகப்பெரிய சமவெளிகளை நிரப்பியிருந்த பனியாறுகளை ஆய்வு செய்வதன்பொருட்டு வடக்கு வேல்ஸ் நோக்கி ஒரு சிறிய பயணம் மேற்கொண்டேன். நான் பார்த்த விஷயங்களை *Philosophical Megazine* இதழில் விவரித்துள்ளேன். ஒரு புவியியல் பணிக்குத் தேவையான நீண்ட நடையையும், மலை ஏறுவதற்கான வலிமையையும் நான் பெற்றிருந்த கடைசி பயணம் இது.

கடல்வாழ் உயிரினங்களை ஆய்வு செய்யும் டார்வின்

லண்டன் வாழ்வின் ஆரம்பக்கட்டத்தில் நான் பொதுச் சமூகத்திற்குச் செல்லுமளவிற்குத் தைரியமாக இருந்தேன். நான் புகழ்பெற்ற பல அறிவியலாளர்களைப் பார்த்தேன். அவர்களில் ஒரு சிலரைப்பற்றிய எனது கருத்துகளை- அவைகள் ஓரளவுதான் மதிப்புமிக்கவை என்றாலும்- இப்போது சொல்கிறேன்.

என் திருமணத்திற்கு முன்பும் பின்பும் நான் மற்றவர்களை விட அதிகமாக லெய்ல் அவர்களின் ஆளுமையைத்தான் பார்த்தேன். அவரது குணம் வகைப்படுத்தப்பட்ட ஒன்று. சுயமான தன்மை, சரியாக அறுதியிடல், எச்சரிக்கை உணர்வு, தெளிவு- இவைகள் அவரது குணம். நான் புவியியல் குறித்து எந்தக் கருத்தை எழுப்பினாலும், அதன் முழுமைத்துவம் வரை செல்லும்

வரை ஓயவே மாட்டார். அவ்வப்போது நான் ஏற்கனவே செய்த ஆய்வை விட இன்னும் தெளிவாக எனக்குப் புரியச்செய்வார். சாத்தியமுடைய மறுப்புகளை என்னுடைய யோசனைக்கு விடுவார். இந்த மறுப்புகள் தீர்ந்த பின்பும் ஒரு சந்தேகம் தொடரும். அவரது இரண்டாவது குணம், மற்ற அறிவியலாளர்களின் பணியில் அவருக்கிருந்த இதயப்பூர்வமான கரிசனம்.

நான் பீகிள் கப்பற்பயணத்தை முடித்துத் திரும்பியதும் பவளப் பாறைகள் குறித்து அவரிடம் விளக்கினேன். அவர் என்னிடமிருந்து வேறுபட்டார். ஆனால், அவர் காட்டிய ஆர்வத்தில் நானும் மிகுந்த ஆர்வமும் உற்சாகமும் பெற்றேன். கனிவான உள்ளத்தவர்; அவருடைய மத நம்பிக்கைகளில் அல்லது அவநம்பிக்கைகளில் தாராளமானவர்; ஆனால் அவர் ஒரு ஆத்திகவாதி. அவரது கபடமற்றப் பேச்சுக் குறிப்பிடத் தக்கது; லாமார்க்கின் கருத்துகளை எதிர்த்துப் புகழ் பெற்றபோதிலும் டெஸ்செண்ட் *(Descent)* தத்துவத்திற்கு மாறி அவர் இதை வெளிப்படுத்தினார். அதன் பிறகு அவர் வயதானவராக மாறிவிட்டார். அவருடைய புதிய கருத்துகளுக்குப் பழைய புவியியலாளார்கள் காட்டிய எதிர்ப்பைப்பற்றி விவாதிக்கையில் அவரிடம் “ஒவ்வொரு அறிவியலாளனும் அவனுடைய 60 வயதில் இறந்தால் எவ்வளவு நன்றாக இருக்கும். ஏனென்றால் அவர்கள் 60 வயதில் எந்தக் கொள்கைகளையும் எதிர்ப்பார்கள்” என்று நான் அவரிடம் ஒருமுறை சொன்னதாக என்னிடம் ஞாபகப்படுத்தினார். ஆனால், அவர் தற்போது வாழ அனுமதிக்கப்பட வேண்டும் என்றும் விரும்பினார்.

இதற்கு முன்பு வாழ்ந்தவர்களைவிட - புவியியல் என்ற விஞ்ஞானம் பெருமளவில் லெய்ல் அவர்களுக்குக் கடமைப்பட்டுள்ளது என நான் நம்புகிறேன். நான் பீகிள் பயணத்தை ஆரம்பித்தபோது அறிவு நுட்பமுள்ள ஹென்ஸ்லோ என்னிடம் மற்ற புவியியலாளர்கள்

போல் *Principles* புத்தகத்தின் முதல் தொகுதியை வாங்கிப் படிக்கச்சொன்னார். அது அப்பொழுதுதான் வெளியிடப்பட்டிருந்தது. ஆனால், அதில் கூறப்பட்ட கருத்துகளை ஏற்றுக்கொள்வதற்கில்லை. தற்போது அந்த கருத்துகள் பற்றி யாரேனும் பேசுவார்களா! நான் கேப் டி வெர்டே தீவுக்கூட்டத்தின் செயிண்ட் ஜாகோ தீவில் முதன்முதலில் ஆய்வு செய்தபோது அவ்விடம் நானறிந்த கருத்துகளில் லெய்ல் கருத்துகள்தான் முடிவற்ற மேன்மைத்துவம் கொண்டது என்று என்னை நம்பச் செய்தது.

லெய்ல் செயல்பாடுகளின் வலுமிக்க விளைவுகளை ஃப்ரான்ஸ் மற்றும் இங்கிலாந்தில் ஏற்பட்ட பல்வகையான அறிவியல் முன்னேற்றத்தில் காணமுடியும். தற்போது மொத்தமாக மறக்கப்பட்ட எலை டி பியூமாண்ட்-உடைய பயங்கரமான கருதுகோள்களுக்கு- அதாவது

ஒரு பூர்வீக வேட்டைக்காரருடன் டார்வின்

Craters of Elevation and Lines of Elevation என்ற படைப்பில் கூறப்பட்ட கருதுகோள்கள்- காரணகர்த்தாவாக லெய்ல்-ஐ கூறலாம். இத்தகைய கருதுகோள்களை செட்விக் புவியியல் கழகத்தில் வானளாவப் புகழ்ந்தார் என்றும் நான் கேள்விப்பட்டேன்.

அங்கு ராபர்ட் ப்ரவுன் அவர்களை அதிக அளவில் பார்க்கமுடிந்தது. ஹம்போல்ட் அழைப்பது போல் அவர் ஒரு பிரின்செப்ஸ் பொடானிகோரம் *(Princeps Botanicorum)*. அவருடைய நுணுக்கமான அவதானிப்புகள் மற்றும் அவற்றின் மிகச்சரியான தன்மை மூலம் அவர் எனக்குத் தனித்தன்மையானவராகத் தோன்றினார். அவரது அறிவு அசாதாரணமான ஒன்று. ஆனால், அது அவரோடு இறந்துவிட்டது. காரணம் தவறிழைத்து விடுவோம் என்கிற மிதமிஞ்சிய பயம்தான். தன்னுடைய அறிவை எனக்குக் கட்டற்ற வகையில் வாரி வழங்கினார். ஆனால், சில விஷயங்களில் அவர் பொறாமையுடையவராக இருந்தார். பீகிள் கப்பற்பயணத்திற்கு முன்பு நான் இரண்டு அல்லது மூன்று முறை அவரைச் சந்தித்தேன். ஒரு முறை அவர் ஒரு நுண்ணோக்கியைப் பார்க்கச் சொல்லி அதில் காண்பவற்றை விவரிக்கச் சொன்னார். நான் அவ்வாறே செய்தேன். அது சில தாவர செல்லில் உள்ள புரோட்டோபிளாசங்களின் பாய்ச்சல் என்றே நினைக்கிறேன். நான் அவரிடம் நான் பார்த்தது என்ன என்று கேட்டேன். அதற்கு அவர் “அது ஒரு சிறிய ரகசியம்” என்றார்.

தாராள மனப்பான்மையோடு செயல்படும் தன்மை வாய்ந்தவர் அவர். வயதாகி உடல் நலம் நலிந்தபோதும், எந்த முயற்சிக்கும் உடல் ஒத்துழைக்காத வேளையிலும் அவர் தினந்தோறும் தொலைவில் வாழ்ந்த ஒரு வயதான வேலைக்காரரைச் சந்தித்து அவரிடம் அறிவியல் சார்ந்த விஷயங்களைப் படித்துக் காட்டுவாராம். இதை ஹூக்கர்

டார்வின் பயணித்த வரலாற்று சிறப்புமிக்க பீகிள் கப்பல்

என்னிடம் கூறியிருந்தார். அவருடைய அறிவியல் பொறாமையை உறுதிப்படுத்த இது ஒன்று போதும்.

நான் அவ்வப்போது சந்தித்த சில முக்கியமானவர்களைப் பற்றிச் சொல்லவேண்டும் -அவர்களைப்பற்றி சொல்ல சிறிதளவே இருந்தாலும். நான் சர்.ஜே.ஹெர்ஷல் மீது மிகுந்த மரியாதை வைத்திருந்தேன். கேப் ஆஃப் குட் ஹோப் -இல் (Cape of Good Hope) உள்ள அவரது அழகான வீட்டிலும் அதன் பிறகு லண்டனில் உள்ள அவரது வீட்டிலும் நான் அவரோடு விருந்து உண்டது மகிழ்ச்சிகரமானது. சில சந்தர்ப்பங்களில் அவரை மீண்டும் பார்த்தேன். அவர் அதிகமாகப் பேசமாட்டார்.

ஆனால், பேசுகிற ஒவ்வொரு வார்த்தையும் கவனித்துக் கேட்கக்கூடியது.

சர்.ஆர். மர்ச்சிசன் வீட்டில் நடந்த காலை விருந்தில் நான் பிரகாசமான ஹம்போல்ட் -ஐ சந்தித்தேன். அவர் எனக்கு வணக்கம் சொல்வதன் மூலம் என்னைக் கௌரவப்படுத்தினார். இந்தத் தலைசிறந்த மனிதரின் செயல் என்னை ஏமாற்றமடையச் செய்தது. ஏனென்றால் என்னுடைய எதிர்பார்ப்பு மிக அதிகமாக இருந்தது. எங்களுடைய சந்திப்பைப் பற்றித் தெளிவாக சொல்லக்கூடிய விஷயங்கள் எதுவும் என்னால் நினைவுகூறமுடியவில்லை. அவர் மகிழ்ச்சியாக இருந்தார் மற்றும் நிறைய பேசினார்.

எக்ஸ் (X) எனக்குப் பக்குல்-ஐ (Buckle) ஞாபகப்படுத்தினார். இவரை நான் ஒரு முறை ஹென்ஸ்லே வெட்ஜ்வுட் வீட்டில் சந்தித்தேன். உண்மைகளைச் சேகரிக்கும் முறையை நான் பக்குல் அவர்களிடமிருந்து கற்றுக்கொள்வதில் மகிழ்ச்சி அடைந்தேன். தான் படித்த அனைத்துப் புத்தகங்களையும் தானே வாங்கியதாகச் சொன்னார். தனக்கு உதவிகரமாக இருக்கும் புத்தகங்களின் அட்டவணைகளைத் தயாரித்திருந்தார். அவருடைய ஞாபகசக்தி ஆச்சரியப்படத்தக்கது. ஏனென்றால் அவர் ஒரு புத்தகத்திலிருந்து ஏதாவது படித்திருந்தால் அதை அவரால் நினைவுபடுத்த முடிந்தது. நான் அவரிடம் எப்படி முதலிலேயே ஒரு புத்தகம் உங்களுக்கு உதவிகரமாக இருக்கும் என்று தீர்மானிக்க முடிகிறது என்று கேட்டேன். அதற்கு அவர் தனக்கு அது தெரியாது ஆனால் ஒரு வகையான உள்ளுணர்வு தன்னை வழிநடத்துவதாகச் சொன்னார். அட்டவணைகளை மேற்கொள்ளும் தனது பழக்கத்திலிருந்து அனைத்து விஷயங்கள் குறித்தும் ஆச்சரியப்படத்தக்க வகையில் எண்ணற்ற மேற்கோள்களை அவரால் காட்ட முடிந்தது. இவ்விஷயங்களை அவருடைய *History of*

குரங்கிலிருந்து மனிதன் வரை

Civilisation புத்தகத்தில் காணலாம். இந்தப் புத்தகம் உண்மையில் சுவாரஸ்யமானது. அதை இரண்டு முறை கூடப் படித்தேன். ஆனால் அனைத்தையும் பொதுமைப்படுத்துதல் என்பது மதிப்புடையதாக இருக்குமா என்று சந்தேகப்பட்டேன். பக்குல் ஒரு சிறந்த பேச்சாளர். அரிதாக ஓரிரு வார்த்தைகளை நான் பேசுவேன். சில நேரங்களில் அவ்வாறும் செய்யமுடியாது. ஏனென்றால் அவர் பேசும்போது இடைவெளி விடவே மாட்டார். திருமதி. ஃபாரெர் பாட ஆரம்பித்ததும் நான் குதித்தெழுந்து அந்தப் பாடலை கட்டாயம் கவனிக்க வேண்டுமென்றேன். நான் சென்றதும் பக்குல் அவரிடம் "டார்வினுடைய உரையாடல்களை விட அவரது புத்தகங்கள் நன்றாக இருக்கின்றன" என்றார். இதை எனது சகோதரரும் கேட்டுள்ளார்.

பெரிய இலக்கியவாதிகளில் நான் சிட்னி ஸ்மித் அவர்களை டீன் மில்மேன் வீட்டில் பார்த்தேன். அவர் உதிர்த்த ஒவ்வொரு வார்த்தைகளிலிருந்தும் ஒரு விவரிக்க முடியாத வேடிக்கை இருந்தது. ஒருவேளை

இது அவர் தான் வேடிக்கைக்குட்படுத்தப்படும் எதிர்பார்ப்பிலிருந்து உருவானதாகும். அவர் லேடி கார்க் பற்றி பேசிக்கொண்டிருந்தார். லேடி கார்க் அப்போது மிகவும் வயதானவராக இருந்தார். இந்தப் பெண்தான் என்னுடைய உதவி கோரும் சொற்பொழிவால் மிகவும் கவரப்பட்டார். உடனே தட்டில் போடுவதற்காகத் தன் நண்பரிடமிருந்து ஒரு நாணயத்தை வாங்கினார் (அழுத்தம் டார்வினுடையது). என்னுடைய பழைய நண்பர் லேடி கார்க் மறக்கப்பட்டுவிட்டார் என்று பொதுவாக நம்பப்படுகிறது (ஆனால் அப்படி அல்ல). மேலும், என்னுடைய பழைய நண்பர் ஆவியால் மறக்கப்பட்டு விட்டார் என்ற அர்த்தத்தில் தான் பேசியதாக யாரும் ஒரு போதும் நினைத்துவிடக்கூடாது என்ற தொனியில் துள்ளலாக சிட்னி பேசினார். இப்படிச் சொல்ல அவரால் எப்படி முடிந்தது என்று எனக்குத் தெரியாது.

இதைப்போல் நான் ஒரு முறை மெக்காலே அவர்களை லார்ட் ஸ்டான்ஹோப் (வரலாற்றாளர்) வீட்டில் சந்தித்தேன். விருந்தில் என்னைத்தவிர இன்னொருவர் மட்டுமே இருந்ததால் அவர் நிறைய பேச என்னால் கேட்க முடிந்தது. இணக்கமானவர் அவர். அவர் நிறைய பேசவில்லை. அவரது உரையாடலை நோக்கி மற்றவர்களைப் பேச அனுமதித்ததால் அவரால் நிறைய பேசவும் முடியாது.

மெக்காலே அவர்களின் ஞாபகசக்தியின் முழுமைத்துவம் மற்றும் துல்லியத்தை நிரூபிக்கும் ஒரு சிறிய ஆதாரத்தை ஸ்டான்ஹோப் என்னிடம் கொடுத்தார். நிறைய வரலாற்றாய்வாளர்கள் ஸ்டான்ஹோப் வீட்டில் சந்திப்பதை வழக்கமாகக் கொண்டிருந்தார்கள். பல விஷயங்களை விவாதிப்பார்கள். சில நேரங்களில் அவர்கள் மெக்காலே-யிடமிருந்து வேறுபடுவார்கள். முதலில் யார் சொன்னது சரி என்பதைப் பார்க்க

அவர்கள் அடிக்கடி சில புத்தகங்களை மேற்கோள் காட்டுவார்கள். பிறகு இத்தகையப் போக்கை யாரும் கடைபிடிப்பதில்லை. ஏனென்றால் மெக்காலே என்ன சொன்னாரோ அதுதான் இறுதியானதாக இருக்கும்.

இன்னொரு சந்தர்ப்பத்தில் நான் ஸ்டான்ஹோப் வீட்டில் கூடியுள்ள வரலாற்றாய்வாளர்களின் குழுக்களையும் மற்ற இலக்கியவாதிகளையும் சந்தித்தேன். அவர்களில் மோட்லேய் மற்றும் க்ரோட் இருந்தார்கள். மதிய உணவிற்குப் பிறகு அவருடன் சேவ்னிங் பூங்காவைச் (*Chevening Park*) சுற்றி ஒரு மணி நேரம் நடந்தோம். அவருடைய எளிமை மற்றும் அவரிடம் எத்தகையப் போலித்தனமும் இல்லாததைக் கண்டு மகிழ்ச்சியடைந்தேன். அவரது உரையாடல் சுவாரஸ்யமானது.

நீண்ட நாட்களுக்கு முன்பு நான் ஸ்டான்ஹோப் அவர்களின் வயதான தந்தையுடன் உணவருந்தினேன். அவர் ஒரு வித்தியாசமானவர். அவரைப்பற்றிக் கொஞ்சம் அறிந்த வகையில் அவர் எனக்குப் பிடித்தமானவர். வெளிப்படையாகப் பேசுகின்ற, அறிவார்ந்த, மகிழ்ச்சியான மனிதர். வரையறுக்கப்பட்ட அம்சங்களைப் பெற்றவர். பழுப்பு நிறத்தவர்; அவரைப் பார்த்தபோது அவரது உடைகளும் பழுப்பு நிறத்திலேயே இருந்தன. மற்றவர்களுக்கு நம்பமுடியாத விஷயங்களாகத் தோன்றுவதை நம்புபவராகத் தோன்றினார். ஒரு நாள் என்னிடம் “விலங்கியல் மற்றும் புவியியல் அபத்தத்தை விட்டுவிட்டு ஏன் நீங்கள் மாயவாத அறிவியலுக்குத் திரும்பக்கூடாது?” என்று கேட்டார். வரலாற்றியலாளரும் அப்போதைய லார்ட் மஹோன் இந்தப் பேச்சைக் கேட்டு அதிர்ச்சியடைந்தவராகத் தோன்றினார்.

கடைசியாக, நான் குறிப்பிட வேண்டிய நபர் கார்லைல். என்னுடைய சகோதரரின் வீட்டில் பலமுறையும்

என்னுடைய வீட்டில் இரண்டு அல்லது மூன்று முறை பார்த்திருக்கிறேன். அவரது பேச்சு விறுவிறுப்பானது மற்றும் சுவராஸ்யமானது. ஆனால், சில சமயங்களில் அவரது பேச்சு ஒரே விஷயத்தைப் பற்றி நீண்ட நேரம் நீளும். என்னுடைய சகோதரர் வீட்டில் நடந்த வேடிக்கையான விருந்தைப் பற்றிச் சொல்கிறேன். மற்றவர்களோடு பாப்பேஜ் மற்றும் லெய்ல் கலந்துகொண்டனர். இருவரும் பேச்சுப்பிரியர்கள். ஆனால், கார்லைல் முழு விருந்திலும் அமைதியின் பயன்கள் என்ற தலைப்பில் தன்னுடைய வீராவேசப் பேச்சினால் அனைவரையும் அமைதியாக்கிவிட்டார். விருந்திற்குப் பிறகு பாப்பேஜ் சற்றுக் கடுமையான தொனியில் அமைதி பற்றிய அவரது விரிவுரைக்கு நன்றி தெரிவித்துக்கொண்டார்.

கார்லைல் ஏறக்குறைய எல்லோரையும் பரிகாசம் செய்தார். ஒரு முறை என்னுடைய வீட்டில் அவர் க்ரோட் அவர்களின் *History* என்ற புத்தகத்தைப் பற்றி "அது ஒரு நாற்றம் பிடித்த புதைகுழி. அதில் ஆத்மீகமாக எதுவுமில்லை" என்றார். அவருடைய *Reminiscences* வெளியீடு வரும்வரை அவருடைய பரிகாசம் ஒருவித நகைச்சுவை என்று நினைத்தேன். ஆனால், இப்பொழுது அதில் எனக்குச் சந்தேகம் உள்ளது. அவரது பேச்சு, சோர்ந்து போன, மன அழுத்தம் உடையவருடைய- இருப்பினும் கொஞ்சம் இரக்கமுள்ளவரின்- பேச்சைப் போல் இருந்தது. அவர் மனம் விட்டுச் சிரித்தது நல்லவரின் சிரிப்பாக தெரியவில்லை. சிறிது கலங்கம் இருப்பினும் அவரது இரக்கம் உண்மையானது. ஆனால், அது பொறாமையால் அல்ல. மெக்காலே வரைவதைவிட ஒரு படம் அல்லது பொருள்கள் நமக்கு எப்படித் தோன்றுகிறதோ அதை அப்படியே தெளிவாக வரையக்கூடிய அசாதாரண சக்தி அவரிடம் உள்ளதை யாராலும் சந்தேகப்பட முடியாது.

மனிதர்களின் மனதில் நன்னெறி சார்ந்த விஷயங்களைப் புகுத்துவதில் அவர் ஒரு வலிமையுள்ளவராகவே இருந்திருக்கிறார். இன்னொரு வகையில் அடிமை முறை பற்றிய அவரது பார்வை, புரட்சிகரமானது. அவரது பார்வையில் பலம் என்பது சரி. அவரது மனம் குறுகிய ஒன்றாக எனக்குத் தோன்றியது. அறிவியலை முன்னெடுத்துச் செல்ல சரியான நபர் என்று கிங்ஸ்லே சொல்லியிருக்கிறார் என்ற விஷயம் எனக்கு ஆச்சரியமானதாக இருந்தது. வேவெல் போன்ற கணிதவியலாளர்களால் கோதெ அவர்களின் ஒளி பற்றிய கருத்துகளை மதிப்பிட முடியும் என்ற விஷயத்தை இகழ்ச்சி செய்யும் வகையில் சிரித்தார் கார்லைல். என்னுடைய மதிப்பீட்டில் அறிவியல் ஆராய்ச்சிக்குச் சற்றும் பொருந்தாத ஒரு மனிதரை நான் ஒருபோதும் சந்தித்ததில்லை.

லண்டனில் வசித்தபோது நான் தொடர்ந்து அறிவியல் சங்கங்களுக்குச் சென்றுவந்தேன். புவியியல் சங்கத்தின் செயலாளராகவும் செயல்பட்டேன். அத்தகைய செயல்பாடு, எளிமையான சமூகம் எனது உடல் நிலைக்கு மிகவும் ஒத்துப்போனது. ஆகையால் நாங்களிருவரும் (டார்வினுடைய மனைவி) அங்கேயே வசிக்க முடிவு செய்தோம். அதைப்பற்றி நாங்கள் ஒரு போதும் வருந்தியதே இல்லை.

டவுனில் எங்களது வாசம்

(செப்டம்பர் 14, 1842-லிருந்து தற்போது வரை, 1876)

டார்வின் தன் வாழ்நாளின் பெரும்பகுதியைக் கழித்த டவுன் இல்லம்

சர்ரே-யில் (*Surrey*) பல பலனில்லாத முயற்சிகளுக்குப் பிறகு நாங்கள் இந்த வீட்டைக் கண்டுபிடித்து வாங்கினோம். மத்திய மாவட்டங்களில் நான் எதற்குப் பழக்கப்பட்டிருந்தேனோ அப்படியில்லாமல் ஒரு திட்டமிட்டு உருவாக்கப்பட்ட மாவட்டத்திற்கே உரித்தான பசுமையான தோற்றம் என்னை மகிழ்ச்சிப்படுத்தியது. அந்த இடத்தின் அமைதி மற்றும் கிராமத்தன்மை இன்னும் என்னை மகிழ்ச்சிப்படுத்தியது. இருப்பினும் ஒரு ஜெர்மன் பத்திரிகை எழுத்தாளர் சொல்வதுபோல் இது ஒரு தனிமையான இடமல்ல. இந்த இடத்தைப் பொதி வண்டி மூலம்தான் அணுகமுடியும் என்றும் அவர் சொல்கிறார். இந்த இடத்தை நாங்கள் தீர்மானித்தது ஒரு வகையில் பயனுள்ளதாக இருந்ததை நாங்கள் எதிர்பார்க்கவில்லை. குறிப்பாக, எங்களது குழந்தைகள் அடிக்கடி எங்களைச் சந்திக்க வசதியாக இருக்கிறது.

நாங்கள் வாழ்ந்த தனிமை வாழ்வைப்போல் ஒரு சிலரே வாழ்ந்திருக்க முடியும். உறவினர்களின் வீட்டிற்கு மேற்கொள்ளப்படும் சிறிய பயணம் மற்றும் கடற்கரை பக்கம் செல்வதைவிட வேறெங்கும் செல்வதில்லை. அந்தப் பகுதியில் அங்குள்ளவர்களுடன் ஓரளவிற்குப் பழகியதன் மூலம் சில நண்பர்களைப் பெற்றேன். விருந்துகளில் கலந்துகொண்டேன். அதன் மூலம் எனக்கு உணர்ச்சிவசப்பட்ட மனநிலையும், கடுமையான நடுக்கமும், சில சமயங்களில் வாந்தியின் பாதிப்பும் இருந்தது. எனவே, நீண்ட காலத்திற்கு இரவு உணவு கேளிக்கைகளில் கலந்து கொள்ளமுடியாத நிலைக்குத் தள்ளப்பட்டேன். இது ஒரு வகையான இழப்பாக இருந்தது. ஏனென்றால் இத்தகைய விருந்துகள் எனக்குப் பேரானந்தத்தை அளித்தன. இந்தக் காரணத்திற்காகவே எனக்கு அங்கு சில அறிவியல் சார்ந்த பழக்கங்கள் கிடைத்தன.

என் வாழ்நாள் முழுவதும் அறிவியல் சார்ந்த பணிகளே என்னுடைய தலையாய பொழுதுபோக்காகவும் பணியாகவும் இருந்தது. அதிலிருந்து கிடைக்கும் உணர்ச்சிவசப்பட்ட மனநிலை என்னை அந்த நேரத்தில் அல்லது அந்த தினத்தின் கவலைகளிலிருந்து மறக்கடிக்கிறது. ஆகையால், எனது புத்தகங்களின் பதிப்பித்தலைத் தவிர என்னுடைய எஞ்சிய நாட்களில் வேறெதையும் பதிவு செய்வதற்கில்லை. இருப்பினும் சில விஷயங்கள் இங்கே சொல்லப்படுவதற்குத் தகுதியானவை.

எனது வெளியீடுகள்

1844-இன் ஆரம்பப் பகுதியில் பீகிள் கப்பற் பயணத்தில் நான் பயணித்த எரிமலைத் தீவுகளில் நான் கவனித்த விஷயங்கள் வெளியிடப்பட்டன. 1845-இல் என்னுடைய Journal of Researches புத்தகத்தின் புதிய பதிப்பைத் திருத்துவதில் அதிக சிரத்தை எடுத்துக்கொண்டேன். இந்தப் புத்தகம் ஃபிட்ஸ் ராயின் உழைப்பில் 1839-இல் வெளியிடப்பட்டது. எனது முதல் இலக்கியக் குழந்தையின் வெற்றி என்னுடைய மற்ற புத்தகங்களை விட என்னைக் குஷிப்படுத்தியது. இந்நாளில் கூட இந்தப் புத்தகம் இங்கிலாந்து மற்றும் அமெரிக்காவில் நன்றாக விற்பனையாகிறது. இரண்டாவது முறையாக ஜெர்மன் மொழியிலும், ஃப்ரென்ச் மொழியிலும் மற்ற மொழிகளிலும் மொழிபெயர்க்கப் பட்டுள்ளது. இந்தப் பயணப் புத்தகங்களின் வெற்றி அவற்றின் முதல் பதிப்பிலிருந்து பல வருடங்களாயிருப்பினும் ஆச்சரியப்படத்தக்கது. இரண்டாம் பதிப்பு மட்டும் இங்கிலாந்தில் பத்தாயிரம் பிரதிகள் விற்றுள்ளன. 1846-இல் என்னுடைய Geological Observations on South America பிரசுரிக்கப்பட்டது. நான் என்னுடன் எப்போதும்

வைத்திருக்கும் சிறிய டயரியில் இந்த மூன்று புவியியல் சார்ந்த புத்தகங்கள் (*Coral Reefs* உட்பட) நான்கரை ஆண்டுகளின் உழைப்பைச் சாப்பிட்டிருக்கின்றன என்று பதிவு செய்து வைத்திருக்கிறேன். "மற்றும் நான் இங்கிலாந்திலிருந்து திரும்பி வந்து பத்து வருடங்கள் ஆகிவிட்டன. உடல்நிலை சரியில்லாமல் மட்டும் எவ்வளவு காலங்களை இழந்தேன்?" புதிய பதிப்புகள் தேவைப்படுகின்றன என்பதைத்தவிர இம்மூன்று புத்தகங்கள் பற்றி நான் ஆச்சரியப்படும் வகையில் சொல்வதற்கு ஒன்றுமில்லை.

அக்டோபர் 1846இல் சிர்ரிபீடியா மீதான எனது பணியைத் தொடங்கினேன். சிலி நாட்டின் கடற்கரையில் நான் இருந்தபோது ஒரு வித்தியாசமான உருவத்தைக் கண்டுபிடித்தேன். இது கான்கோலெபாஸ் (*Concholepas*) ஓட்டினுள் வளை தோண்டியது. மற்ற சிர்ரிபேட்-களிலிருந்து (*Cirripede*) இது பெருமளவில் வேறுபட்டது. எனவே, இதனுடைய வருகைக்காகவென்றே ஒரு புதிய துணைவகுப்பை உருவாக்க வேண்டியிருந்தது. அதைப்போலவே மற்றுமொரு இனம் போர்ச்சுகல் கடற்கரையில் கண்டுபிடிக்கப்பட்டது. என்னுடைய புதிய சிர்ரிப்பேட்-இன் அமைப்பைப் புரிந்துகொள்ள நான் அவைகளை ஆராய்ந்து பொதுவான வடிவங்களைக் கூறாய்வு செய்யவேண்டியிருந்தது. இது என்னை அனைத்து விதமான குழுக்களையும் கூறாய்வு செய்யும் நிலை நோக்கிக் கொண்டு சென்றது. இந்தப் பகுதிக்காக நான் விடாமல் எட்டு வருடங்கள் உழைத்தேன். இறுதியில் அறியப்பட்ட வாழும் உயிரினங்களை விவரித்து இரண்டு பெரிய தொகுதிகள் அடங்கிய புத்தகமும், அழிந்து போன உயிரினங்களைப் பற்றி விவரித்து இரண்டு சிறிய புத்தகங்களும் பிரசுரிக்கப்பட்டன.

இந்தப் பணியில் நான் எட்டு வருடங்கள் உழைத்தாலும், இந்தக் காலத்தில் இரண்டு வருடங்கள் நோயினால்

கழிந்துவிட்டன. 1848-இல் நான் நீர் மருத்துவ சிகிச்சைக்காக மால்வெர்ன் (Malvern) சென்றேன். இது எனக்குப் பலனளித்தது. நான் வீட்டுக்குத் திரும்பியதும் என்னுடைய பணிக்குத் திரும்ப முடிந்தது.

சிர்ரிபீடியா குறித்த எனது பணி குறிப்பிடத்தக்க மதிப்பைக் கொண்டிருப்பதாக நான் நினைக்கிறேன். புதிய மற்றும் குறிப்பிடத்தக்க வடிவங்களை விவரித்ததோடு மட்டுமல்லாமல் பல பிரிவுகளிலிருந்து அதன் ஒருமித்த வடிவங்களையும் உருவாக்கினேன். ஒன்றை ஒன்று ஈடுகட்டுகிற மற்றும் இருபாலியை (Hermophrodite) ஒட்டி வாழ்கிற சில நுண்ணிய ஆண் இனங்களின் இருப்பை நான் நிரூபணம் செய்தேன். எனது இந்தக் கண்டுபிடிப்பு கடைசியில் உறுதிப்படுத்தப்பட்டது. ஒரு முறை ஜெர்மன் எழுத்தாளர் ஒருவர் எனது கண்டுபிடிப்பிற்கான காரணம் எனது வற்றாத கற்பனைதான் என்று கூறினார். சிர்ரிபெட்-கள் சிக்கலான இனங்களின் குழுவிலிருந்து வகுப்பை நோக்கிப் பெருமளவில் மாறுகின்ற அமைப்பைக்கொண்டது. இயற்கை வகைப்பாட்டிற்கான கொள்கைகளை என்னுடைய 'உயிரினங்களின் தோற்றம்' படைப்பிற்காக விவாதிக்க வேண்டியிருந்தபோது எனது இந்தப் பணி குறிப்பிடத்தக்க பயனைக் கொடுத்தது. இருப்பினும் இந்தப் பணி நான் எடுத்துக்கொண்ட காலத்திற்கு இணையான மதிப்பைக் கொண்டுள்ளதா என்று சந்தேகப்படுகிறேன்.

செப்டம்பர் 1854-லிருந்து உயிரினங்களின் திடீர் மாற்றம் தொடர்பாக என்னிடம் குவிந்து கிடக்கிற குறிப்புகளைச் சீர் செய்யவும், அவைகளைக் கூர்ந்து கவனிக்கவும், சோதனை செய்து பார்க்கவும் எனது முழு நேரத்தையும் அர்ப்பணித்தேன். முதலாவது, பீகிள் கப்பற்பயணத்தின் போது தற்போது வாழ்கிற ஆர்மாடில்லா (Armadillo) விலங்குகளைப்போல் கவச உறுப்புகள் உடைய பாம்பியன் (Pampean) வடிவப் புதைபடிவ விலங்குகளும்,

இரண்டாவதாக தென் அமெரிக்க கண்டத்தில் தெற்கு நோக்கிச் செல்வதில் ஒன்றை ஒன்று இடப்பெயர்ச்சி செய்கிற ஒத்த விலங்குகளின் பாங்கும், மூன்றாவதாக கலாபகோஸ் தீவின் பெரும்பான்மையான இனவிருத்திகளில் காணப்படும் தென் அமெரிக்க குணாம்சம் மற்றும் அவைகள் தீவுகளுக்குத் தீவு சிறிய அளவில் வேறுபடும் பாங்கும் என்னை ஆகர்ஷித்தன. புவியியல் அர்த்தத்தில் எந்தத் தீவுகளும் புராதனமாகத் தோன்றவில்லை.

இந்த உண்மைகள் மற்றும் மற்ற பல உண்மைகளை வைத்து உயிரினங்கள் மாற்றமடைகின்றன என்று அனுமானத்தின் அடிப்படையில் விளக்க முடியும் என்பது வெளிப்படை. ஆனால் இந்த விஷயம் என்னை அலைக்கழித்தது. ஒவ்வொரு வகை உயிரினமும் மிகவும் அழகாகத் தனது வாழ்க்கைப் பழக்கங்களில் தங்களைத் தகவமைத்துக்கொள்கின்றன என்ற நிகழ்வுகளை அவ்வுயிரினம் அவ்விடத்தில் வாழும் விருப்பத்தாலும் (குறிப்பாக இங்கு தாவரங்கள்) சுற்றியிருக்கிற நிபந்தனைகளின் செயல்பாட்டாலும் விளக்கமுடியாது என்பது வெளிப்படை. இத்தகைய தகவமைப்புகள் என்னை எப்பொழுதும் தாக்குறவுக்கு உட்படுத்தின. இவைகளை விளக்கும் வரையில், உயிரினங்கள் மாற்றமடைகின்றன என்று மறைமுக ஆதாரங்கள் மூலம் நிரூபிக்க முயற்சிப்பது ஏறக்குறைய பயனற்ற வேலை என்று எனக்குத் தோன்றியது.

இங்கிலாந்து திரும்பிய பிறகு புவியியலில் லெய்ல்-இன் உதாரணத்தைப் பின்பற்றுவதன் மூலமும், இயற்கை மற்றும் பழக்குதலின்கீழ் தாவரங்கள் மற்றும் விலங்குகளில் மாறுபாட்டைத் தாங்கியிருக்கிற உண்மைகளைச் சேகரித்தல் மூலமும் இந்த முழு விஷயத்தின் மீது ஒரு புது வெளிச்சம் பாய்ச்சப்படலாம். எனது முதல் குறிப்பேடு ஜூலை 1837-இல் திறக்கப் பட்டது. பேகனியன்

(*Baconian*) கொள்கைகளின் அடிப்படையில் பணி புரிந்தேன். எந்த நடைமுறைக் கோட்பாடும் இல்லாமல் உண்மைகள் பெருமளவில் - குறிப்பாக உள்சூழலுக்குப் பழக்கமான இனவிருத்திகள் தொடர்பான உண்மைகள் - அச்சிடப்பட்ட தாள்களில் கேட்கப்பட்ட கேள்விகள் மூலமும், திறமையான தோட்டக்காரர்கள் மற்றும் தாவரம் வளர்ப்பவர்களிடமும், பரந்த வாசிப்பின் மூலமும் திரட்டப்பட்டன. நான் படித்த மற்றும் குறிப்பெடுத்த புத்தகங்களின் அட்டவணையைப் பார்க்கும்போது என்னுடைய உழைப்பு என்னை ஆச்சரியப்படுத்துகிறது. பயனுள்ள தாவர மற்றும் விலங்கினங்களை உருவாக்குவதில் மனிதனின் வெற்றியின் முக்கிய மைல்கல் தேர்வு (*Selection*) தான் என்று விரைவில் நான் உணர்ந்தேன். இயற்கை என்ற நிலையில் வாழ்ந்துகொண்டிருக்கும் உயிரினங்களில் தேர்வு என்பதை எப்படி உபயோகிக்க முடியும் என்பது சில காலம் எனக்கு மர்மமாகவே இருந்தது.

அக்டோபர் 1838-இல் அதாவது, நான் என்னுடைய ஒழுங்கமைவான தேடலை ஆரம்பித்து பதினைந்து மாதங்களுக்குப் பிறகு ஒரு மகிழ்ச்சிக்காக மக்கள் தொகை குறித்த மால்தஸ்-உடைய புத்தகத்தைப் படிக்க நேர்ந்தது. மற்றும் அவர் கூறிய இருத்தலுக்கான போராட்டத்தைப் பாராட்டவும் தயாரானேன். தாவரங்கள் மற்றும் விலங்குகளின் பழக்க வழக்கங்களைத் தொடர்ந்து உன்னிப்பாகக் கவனிக்கும்போது இந்தப் போராட்டம் எல்லா இடங்களுக்கும் நீட்சியடைகிறது என்றே தோன்றுகிறது. இத்தகைய சூழ்நிலைகள் சாதகமான மாறுபாடுகளைத் தக்கவைத்துக் கொள்கின்றன மற்றும் பாதகமான மாறுபாடுகளை அழிக்கின்றன என்ற விஷயம் என்னைத் தாக்கியது. இதன் விளைவால் புதிய இனங்கள் தோன்றுவதாகத்தான் இருக்கும். இங்கு நான் எத்தகைய கோட்பாட்டோடு செயல்படவேண்டும் என்பதை

அறிந்தேன். ஆனால் தவறான அபிப்பிராயத்தை உருவாக்கிவிடக்கூடாது என்பதில் தீவிரமாக இருந்தேன். எனவே, சிலகாலம் இதைப்பற்றி ஒரு சிறிய குறிப்பைக்கூட எழுதக்கூடாது என்று தீர்மானித்தேன். ஜூன் 1842 -இல் இதைப்பற்றிய எனது கோட்பாட்டின் சுருக்கத்தைப் பென்சிலில் 35 பக்கங்களுக்கு எழுத என்னை நான் அனுமதித்துக்கொண்டேன். 1844-இன் கோடைகாலத்தில் இந்தப் பக்கங்கள் 230 பக்கங்களுக்கு விரிவுபடுத்தப்பட்டது. இவைகளைப் படியெடுத்து இன்றளவும் வைத்திருக்கிறேன்.

இந்த நேரத்தில் அதிமுக்கியத்துவம் வாய்ந்த ஒரு பிரச்சினையைக் கவனிக்காமல் விட்டுவிட்டேன். என்னுடைய எளிய, அற்புதமான கண்டுபிடிப்பைத் தவிர இந்தப் பிரச்சனை மற்றும் அதன் தீர்வை எப்படிக் கவனியாமல் விட்டுவிட்டேன் என்பது ஆச்சரியமாகவே இருக்கிறது. ஒரே இனத்திலிருந்து உருவான கரிம உயிரினங்கள் அவைகள் மாற்றமடைய மாற்றமடைய குணத்தில் பல்வேறு வகையாக மாறும் போக்குதான் அந்தப் பிரச்சனை. இந்தப் பல்வகையான குணமாற்றம் என்பது அனைத்து விதமான உயினங்களையும் இனங்களின் கீழ் வகுப்புகள் என்றும், குடும்பங்களின் கீழ் இனங்கள் என்றும், துணை வரிசையின் கீழ் குடும்பங்கள் என்றும் வகைப்படுத்துவதன் மூலம் தெளிவாகிறது. நான் என்னுடைய வண்டியில் சென்றுகொண்டிருக்கும்போது அந்தப் பிரச்சனைக்கான தீர்வு என் மனதில் தோன்றியது. சாலையின் அந்த இடத்தையும் இன்றும் என்னால் நினைவுபடுத்த முடிகிறது. இது நான் டவுன் -க்கு வந்த பல நாள் கழித்துதான் நிகழ்ந்தது. ஓங்கு வடிவங்களினுடைய உருமாற்றமடைந்த இளம் உயிர்கள் இயற்கைப் பொருளாதாரத்தில் பல்வேறு இடங்களில் வாழத் தங்களை தகவமைத்துக்கொள்ள முயற்சிக்கின்றன என்பதுதான் அந்தத் தீர்வு என்று நான் நம்புகிறேன்.

1856-இன் ஆரம்பத்தில் லெய்ல் என்னுடைய கருத்துகளை முழுவதுமாக எழுத என்னை அறிவுறுத்தினார். மூன்று அல்லது நான்கு மடங்குவேகத்தில் செயல்பட ஆரம்பித்தேன். இந்த வேகம் உயிரினங்களின் தோற்றத்திலும் தொடர்ந்தது. அதுவும் நான் சேகரித்த தகவல்களின் ஒரு. சுருக்கம்தான் இது. இந்த அளவில் என்னால் பாதிப் பணியைத்தான் முடிக்க முடிந்தது. 1858-இன் கோடைகாலத்தில் எனது திட்டங்கள் யாவும் தூக்கியெறியப்பட்டன. மலாய் தீவுக்கூட்டத்தில் அப்போது இருந்த திரு. வால்லேஸ் எனக்கு *On the tendency of varieties to depart indefinitely from the Original type* என்ற தலைப்பில் ஒரு கட்டுரையை அனுப்பியிருந்தார். இக்கட்டுரை நான் என்ன கோட்பாட்டைச் சொல்லியிருந்தேனோ அதைத்தான் அதுவும் சொல்லியிருந்தது. இந்தக் கட்டுரை நல்லதாகப் பட்டால் இதை நான் லெய்ல் அவர்களின் கூராய்வுக்காக அனுப்பவேண்டும் என்பது அவரது அவா என்றும் கூறியிருந்தார்.

என்னுடைய MS இதழிலிருந்து ஒரு சுருக்கமான பகுதியை எடுத்து வால்லேஸ் கட்டுரையை இணைத்துப் பிரசுரிக்க (இதற்காக ஆஷா கிரேக்கு செப்டம்பர் 5, 1857 இல் ஒரு கடிதமும் அனுப்பப்பட்டது) லெய்ல் மற்றும் ஹூக்கர் இடமிருந்து வந்த வேண்டுதலுக்கு எந்தச் சந்தர்ப்பத்தில் நான் ஒப்புதல் கொடுத்தேன் என்பதை என்னுடைய *Journal of Proceedings of the Linnean Society* - 1858 பக்கம் 45-இல் கொடுக்கப்பட்டுள்ளது. ஆரம்பத்தில் சம்மதம் கொடுக்க எனக்கு விருப்பமில்லை. ஏனென்றால் வால்லேஸ் எனது பணியை நியாயப்படுத்தப்பட்ட ஒன்றாகப் பார்க்க மாட்டார் என்று நினைத்தேன். அப்பொழுது அவரது பெருந்தன்மையான் குணம் மற்றும் உயர்ந்த தன்மை பற்றி எனக்குத் தெரியவில்லை. MS இதழிலிருந்த சுருக்கம் மற்றும் ஆஷா கிரே-

க்கான கடிதம் பிரசுரித்தலுக்கான நோக்கத்துடன் எழுதப்படவில்லை. ஆனால், வால்லேஸ்-இன் கட்டுரை மெச்சத்தக்க வெளிப்பாடும் தெளிவும் கொண்டவையாக இருந்தது. எங்களுடைய இந்த இணை வெளியீடானது ஓரளவு கவனத்தைத்தான் ஈர்த்தது. டப்லின்-ஐ சேர்ந்த பேராசிரியர் ஹாஃப்டன் என்பவருடைய ஒரு அறிவிப்பு தான் என்னால் தற்போது நினைவுக்குக் கொண்டு வரமுடிகிறது. இதில் என்னவெல்லாம் புதிது என்று சொல்லப் பட்டிருக்கிறதோ அதெல்லாம் பொய் மற்றும் எவைகளெல்லாம் உண்மையோ அதெல்லாம் பழையது என்பதுதான் அவருடைய கருத்து. பொதுக்கவனத்தைக்

ராட்சத ஆமையை ஆராயும் டார்வின்

கவர எந்தவொரு புது விஷயமும் ஒரு குறிப்பிட்ட நீளத்தில் விவரிக்கப்படவேண்டியதன் தேவையை இந்த விஷயம் காட்டியது.

லெய்ல் மற்றும் ஹுக்கர் -இடமிருந்து நான் உயிரினங்களின் திடீர் மாற்றம் குறித்த ஒரு தொகுதியைத் தயார் செய்ய வேண்டும் என்ற பலமான ஆலோசனையின் அடிப்படையில் செப்டம்பர் 1858இல் பணியாற்ற ஆரம்பித்தேன். உடல் நலக்குறைவாலும், அடிக்கடி மூர் பூங்காவிற்கு நீர் சிகிச்சை பெற நான் மேற்கொண்ட மகிழ்ச்சியான சிறிய பயணத்தாலும் இந்தப் பணி அவ்வப்போது தடைபட்டது. 1856-இல் பெருமளவில் நான் MS இதழைச் சுருக்க ஆரம்பித்தேன். அந்தத் தொகுதியை அதே அளவில் அதன் தன்மை மாறாமல் சுருக்கினேன். இதற்கு 13 மாதங்கள் மற்றும் 10 நாட்கள் கடுமையான உழைப்புத் தேவைப்பட்டது. நவம்பர் 1859-இல் 'உயிரினங்களின் தோற்றம்' என்ற தலைப்பில் இந்தப் புத்தகம் பிரசுரிக்கப் பட்டது. குறிப்பிடத்தக்க அளவில் சேர்க்கைகளும் திருத்தங்களும் பிற்பாடு புதிய பதிப்புகளில் மேற்கொள்ளப்பட்டாலும் கணிசமாக அதே புத்தகமாக இன்றும் தொடர்கிறது.

என் வாழ்வில் இது ஒரு தலையாயப் பணி என்பதில் சந்தேகமில்லை. பெருமளவில் வெற்றிகரமான முதல் படைப்பு இது. முதல் நாளே 1250 படிகள் விற்றுத் தீர்ந்தன. இரண்டாம் பதிப்பில் 3000 படிகள் விற்றன. 1876 வரை பதினாறாயிரம் படிகள் இங்கிலாந்தில் விற்றுள்ளன. உண்மையில் இது ஒரு மிகப்பெரிய விற்பனை. ஸ்பானிஷ், பாஹிமியான், போலிஷ், மற்றும் ருஸ்ஸியன் போன்ற ஒவ்வொரு ஐரோப்பிய மொழியிலும் இப்புத்தகம் மொழிபெயர்க்கப்பட்டுள்ளது. திருமதி. பேர்ட் கூற்றின்படி இப்புத்தகம் ஜப்பானிலும் மொழிபெயர்க்கப்பட்டு, பெருமளவில் படிக்கப்பட்டுள்ளது. இப்புத்தகத்தில் கூறப்பட்டுள்ள தத்துவம் ஏற்கனவே பழைய ஏற்பாட்டில்

கூறப்பட்டுள்ளதுதான் என்ற வகையில் இதைப் பற்றிய ஒரு கட்டுரை ஹீப்ரூ மொழியிலும் வெளியாகியுள்ளது! விமர்சனங்கள் கணக்கற்றவை. எனது புத்தகம் தொடர்பான விமர்சனங்களை நான் தொகுத்தேன். பத்திரிகை விமர்சனங்களைத் தவிர விமர்சனங்களின் தொகுப்பு மொத்தம் 265 புத்தகங்கள். ஒரு கட்டத்தில் இந்த முயற்சியை நம்பிக்கையில்லாமல் கைவிட்டேன். தனிப்பட்ட கட்டுரைகள் மற்றும் புத்தகங்கள் நிறைய தோன்றின. ஒவ்வொரு வருடமும் அல்லது இரண்டு வருடங்களுக்கு ஒருமுறை ஜெர்மனியில் டார்வினிஸ்மஸ் (*Darwinismus*) பற்றிய புத்தக அட்டவணை வெளியிடப்படுகிறது.

இந்தப் புத்தகத்தின் வெற்றிக்குக் காரணம் நீண்ட காலத்திற்கு முன்பு நான் எழுதி வைத்திருந்த சுருக்கப்பட்ட குறிப்புகளும், பிற்பாடு அவற்றைப் பெரிய கையெழுத்துப் பிரதியாய் மாற்றி வைத்திருந்ததுதான். இதன் மூலம்தான் என்னால் முக்கியமான உண்மைகளையும், முடிவுகளையும் தேர்ந்தெடுக்க முடிந்தது. பல வருடங்களாக நான் ஒரு முக்கியமான விதியைப் பின்பற்றி வருகிறேன். அதாவது, பிரசுரிக்கப்பட்ட உண்மையோ அல்லது புதிய அவதானிப்போ அல்லது சிந்தனையோ என்னைக் குறுக்கிடும் போது, இவைகள் என்னுடைய பொதுவான முடிவுகளுக்கு எதிராக இருக்கும்போது தவறாமல் ஒரு நினைவுக்குறிப்பை உடனே தயார் செய்வேன். நமக்குச் சாதகமான ஒரு முடிவை விட இத்தகைய அவதானிப்போ அல்லது சிந்தனையோ நம்முடைய ஞாபகத்திலிருந்து தப்பிப்போக வாய்ப்புண்டு என்பதை என்னுடைய அனுபவத்தில் கண்டுள்ளேன். என்னுடைய கருத்துகள் பற்றி ஒரு சில மறுப்புகள் எழுப்பப்பட்டன. ஆனால், அவைகளை நான் கவனிக்கவுமில்லை பதிலளிக்க முயற்சிக்கவுமில்லை.

உயிரினங்களின் தோற்றம்- புத்தகத்தின் வெற்றிக்குக் காரணம் அந்தப் புத்தகம் எங்கும் பரவியுள்ளது மற்றும் அதில் கூறப்பட்டுள்ள விஷயங்களை ஏற்றுக்கொள்ள மனித மனங்கள் தயாராகிவிட்டன என்றும் சில நேரங்களில் சொல்லப்பட்டது. ஆனால், நான் இதை உண்மை என்று நம்பவில்லை. ஏனென்றால் உயிரினங்களின் நீடித்த இருப்பைச் சந்தேகப்படக்கூடிய ஒரு நபரைக்கூட நான் ஒருபோதும் சந்தித்தது கிடையாது. லெய்ல் மற்றும் ஹூக்கர் கூட என்னை ஆர்வமாகக் கவனித்தார்களே தவிர என்னோடு ஒத்துப்போவதாகத் தோன்றவில்லை. இயற்கைத் தேர்வு என்றால் என்ன என்று ஒன்று அல்லது இரண்டு முறை உயர்ந்த மனிதர்களுக்கெல்லாம் விளக்க முயற்சித்தேன். ஆனால், அம்முயற்சி தோல்வியுற்றது. நான் எது சரியென்று நம்புகிறேனோ அது சரியாகவே இருந்தது. அதாவது, இயற்கையியலாளர்களின் மனதில் நீங்கா இடத்தைப் பிடித்துவிட்ட எண்ணற்ற, ஆழ்ந்து கவனிக்கப்பட்ட உண்மைகள் ஏதாவது ஒரு கொள்கையால் ஏற்றுக்கொள்ளப்பட்டு, அக்கொள்கை போதுமான அளவிற்கு விளக்கப்பட்ட உடனே இவ்வுண்மைகள் அவற்றிற்கான இடத்தைப் பெறும். இந்தப் புத்தகத்தின் வெற்றிக்கான இன்னொரு காரணம், இதன் நடுத்தரமான வடிவம்தான். இந்த வடிவத்திற்குக் காரணம் திரு. வால்லேஸ் அவர்களின் கட்டுரைகள் அடங்கிய புத்தகத்தின் தோற்றம்தான். நான் 1856இல் தொடங்கிய அளவிலேயே தொடர்ந்து எழுதியிருந்தால் இப்பொழுது இருக்கும் அளவை விட நான்கு அல்லது ஐந்து மடங்கு கூடுதலான அளவில் புத்தகம் வந்திருக்கும். யாரேனும் சிலரே இந்தப் புத்தகத்தைப் படிக்கும் பொறுமை பெற்றிருப்பார்கள்.

எனது தத்துவம் தெளிவாக 1839-இல் வரையறுக்கப்பட்ட போது அதைப் பிரசுரிக்காமல் 1859-இல் பிரசுரிக்க

நான் காலம் தாழ்த்தியது எனக்கு லாபம்தான். அதனால் எனக்கு எந்த இழப்பும் கிடையாது. இந்தப் படைப்பின் சுயத்தன்மைக்குக் காரணமானவர்கள் நானா அல்லது வால்லேஸா என்று நான் பெரிதாகக் கவலைப்படவில்லை. வால்லேஸுடைய கட்டுரை உண்மையில் எனது கோட்பாடு வரவேற்கப்படுவதற்கு உதவி புரிந்தது. ஒரே ஒரு இடத்தில்தான் நான் முன் செல்லமுடியாமல் அப்படியே நின்று விட்டேன். எனது கர்வம் என்னை வருத்தப்பட வைத்த இடமும் இதுதான். அதாவது, ஆர்க்டிக் பகுதிகளிலும், தொலைவில் உள்ள மலை உச்சிகளிலும் காணப்படும் சில விலங்குகள் மற்றும் தாவரங்களின் ஒரே மாதிரியான இனங்களின் இருப்பைப் பனிக்காலத்தின் மூலமாக விளக்கியது. இந்தப் பார்வை எனக்கு மகிழ்ச்சி ஊட்டியது. எனவே, முழு நீளத்தில் எழுதினேன். இந்த விஷயம் குறித்து இ. ஃபோர்ப்ஸ் தன்னுடைய புகழ்பெற்ற நினைவுக்குறிப்பில் பிரசுரிப்பதற்கு முன்பே இது ஹுக்கரால் வாசிக்கப்பட்டது என்று நம்புகிறேன். ஒரு

பல ஆண்டுகளாக தான் சேகரித்தவற்றை வகைப்படுத்தும் டார்வின்

சில விஷயங்களில் நாங்கள் வேறுபட்டோம். இருப்பினும் என்னுடைய கருத்துதான் சரி என்று நான் இன்னமும் நினைக்கிறேன். எனது இந்தக் கருத்து யாரையும் சாராமல் தனிப்பட்ட முறையில் உருவாக்கப்பட்டது என்று ஒருபோதும் நான் சொல்லியது கிடையாது.

நான் 'உயிரினங்களின் தோற்றம்' புத்தகத்திற்காகப் பணியாற்றிக் கொண்டிருந்தபோது பல வகுப்புகளில் கருவிற்கும் முதிர்ந்த விலங்கிற்கும் இடையே உள்ள பரந்த வேறுபாட்டை விளக்குவதன் மூலமும் மற்றும் ஒரே வகுப்பில் உள்ள கருக்களின் தோற்ற ஒற்றுமையை விளக்குவதன் மூலமும் கிடைத்த திருப்தியை வேறு எந்த விஷயமும் எனக்குத் தரவில்லை. எனது நினைவுக்குட்பட்ட வரையில் இந்த விஷயம் உயிரினங்களின் தோற்றம்-இன் ஆரம்ப விமர்சனங்களில் கவனத்தில் கொள்ளப்படவில்லை. ஆஷா கிரேக்கு நான் எழுதிய கடிதத்தில் இது குறித்த ஆச்சரியத்தை எழுப்பியது எனக்கு ஞாபகத்தில் இருக்கிறது. அடுத்து வந்த வருடங்களில் பல விமர்சகர்களால் ஃப்ரிட்ஸ் முல்லர் மற்றும் ஹேக்கல் அவர்களின் இந்தப் பணிக்காகப் பாராட்டப் பட்டார்கள். இப்பணி முழுமையாகவும் சில வகைகளில் என்னுடைய பணியைவிட சரியாகவும் இருந்தது. இந்த விஷயம் குறித்து ஒரு பாடமே எழுதுமளவிற்கு என்னிடம் தகவல்கள் இருந்தன. இந்த விவாதத்தை நீண்ட தூரம் நான் எடுத்துச்செல்ல கடமைப்பட்டவன். ஆனால், அப்படிச் செய்யாமல் நான் எனது வாசகர்களைக் கவரத்தவறினேன். இப்பணியை யார் செய்கிறாரோ அவர் என்னுடைய பார்வையில் அனைத்துப் பாராட்டையும் பெறுகிறார்.

அறிவியல் அறிவு இல்லாதவர்களைக் கவனிக்காமல் ஒருபுறம் விட்டுவிட்டால் கூட பொதுவாக நான் என்னுடைய விமர்சகர்களால் மதிக்கப்பட்டே வந்திருக்கிறேன். சில நேரங்களில் என்னுடைய கருத்துகள்

மொத்தத்தில் தவறாக எடுத்துச் செல்லப்பட்டிருக்கின்றன, கடுமையாக எதிர்க்கப்பட்டிருக்கின்றன மற்றும் கிண்டலடிக்கப்பட்டிருக்கின்றன. ஆனால், இவைகள் பொதுவாக நல்லெண்ணத்தில்தான் செய்யப்பட்டன என்று நான் நம்புகிறேன். எனது பணி மீண்டும் மீண்டும் மிகை புகழ்ச்சி செய்யப்படுகிறது என்று நான் சந்தேகப்படவில்லை. நான் வாக்குவாதத்தைத் தவிர்த்து வந்திருப்பதில் மகிழ்ச்சியடைகிறேன். இதற்கு நான் லெய்ல் அவர்களுக்கே கடமைப்பட்டுள்ளேன். பல வருடங்களுக்கு முன்பு ஒரு புவியியல் சார்ந்த விஷயத்தின்போது நான் வாக்குவாதத்தில் மாட்டிக்கொள்ளக்கூடாது என்று கடுமையாக ஆலோசனை வழங்கினார். ஏனென்றால் வாக்குவாதம் நல்லதை எதுவும் செய்யாது மற்றும் அதனால் காலமும் நமது பொறுமையும்தான் வீணாகும் என்றார்.

நான் தவறிழைத்ததாக எனக்குத் தோன்றினால் அல்லது எனது பணியில் பற்றாக்குறை இருந்தால் மற்றும் நான் காழ்ப்புணர்வோடு விமர்சிக்கப்பட்டால், மற்றும் நான் மிகையாக புகழப்பட்டால் நான் இகழ்ச்சியடைவதை உணர்கிறேன். இந்த மாதிரியான சமயங்களில் "நான் எவ்வளவு முடியுமோ அவ்வளவு கடுமையாக உழைத்துள்ளேன். இதைப்போல் வேறெந்த மனிதனாலும் உழைத்திருக்க முடியாது" என்ற வாசகத்தை நூறு முறை சொல்லிக்கொள்வதில் ஒரு சௌகரியம் கிடைக்கிறது. டீரா டெல் ஃப்யூகோவில் உள்ள குட் சக்சஸ் வளைகுடாவில் (Good success Bay) நின்று கொண்டு இயற்கை விஞ்ஞானத்திற்கு ஒரு சிறியளவேனும் உழைக்காமல் என் வாழ்வில் பணியாற்ற முடியாது என்று நினைத்ததை எண்ணிப்பார்க்கிறேன். என்னால் முடிந்த அளவிற்குச் செய்திருக்கிறேன். குற்றம் காண்பவர்கள் அவர்கள் விருப்பப்படி செய்யட்டும்.

ஆனால் அவர்களால் இந்த மனதிடத்தை அழித்துவிட முடியாது.

1859-இன் கடைசி இரண்டு மாதங்கள் 'உயிரினங்களின் தோற்றம்'-இன் இரண்டாம் பதிப்பிற்காகச் செலவிடப்பட்டது. 1860 ஜனவரி முதல் தேதியில் *Variation of Animals and Plants under Domestication* படைப்பிற்கான குறிப்புகளைத் தொகுக்கத் தொடங்கினேன். ஆனால் இது 1868இன் ஆரம்பம் வரை பிரசுரிக்கப்படவில்லை. தாமதத்திற்குக் காரணம் எனது உடல் நிலை சரியில்லாதது மற்றும் எனக்கு ஆர்வத்தைத் தூண்டிய விஷயங்களைப் பதிப்பிப்பதில் எனக்கிருந்த ஆசை. மே 15, 1862-இல் என்னுடைய சிறிய படைப்பு *Fertilisation of Orchids* வெளியிடப்பட்டது. இதற்குப் பத்து மாதங்கள் செலவானது. பெரும்பாலான உண்மைகள் முந்தைய ஆண்டுகளில் மெதுவாகத் திரட்டப்பட்டவைகள். ஒரு குறிப்பிட்ட வடிவங்களை மாறாமல் இருக்கச் செய்வதில் கலப்பினம் செய்தல் ஒரு முக்கியப் பாத்திரத்தை வகிக்கிறது என்ற என்னுடைய முடிவிலிருந்து நான் 1839-இன் கோடையிலும் அதற்கு முந்தைய கோடையிலும் பூச்சிகளின் உதவியுடன் பூக்களைக் குறுக்காக கருவுறச்செய்யும் பணியில் ஆழ்ந்தேன். இவ்விஷயத்திற்காகவே நான் ஒவ்வொரு கோடைகாலத்திலும் கலந்து கொண்டேன். நவம்பர் 1841 -இல் ராபர்ட் ப்ரவுன் -இன் ஆலோசனையின் பேரில் சி.கே. ஸ்ப்ரென்ஜெல் எழுதிய அற்புதமான புத்தகம் *Das entdeckte Geheimniss der Natur*- ஐ வாங்கிப் படித்ததும் இவ்விஷயத்தில் எனது ஆர்வம் அதிகமானது. 1862-க்கு முன்பு சில வருடங்கள் பிரிடிஷ் ஆர்ச்சிட் மலர்களை கருவுறச் செய்யும் பணியில் கலந்து கொண்டேன். மற்ற தாவரங்கள் பற்றி நான் சேகரித்த எண்ணற்றத் தகவல்களைப் பயன்படுத்துவதை விட இத்தகைய

தாவரங்களின் குழு பற்றி ஒரு முழுமை பெற்ற கட்டுரை எழுதுவது சிறந்த திட்டமாகத் தோன்றியது.

என்னுடைய இந்த எண்ணம் புத்திசாலித்தனமான ஒன்று என்பது நிரூபிக்கப்பட்டது. ஏனென்றால் எனது புத்தகம் உருவானதிலிருந்து ஆச்சரியப்படத்தக்க வகையில் அனைத்து வகையான மலர்களின் கருவுறுதல் பற்றி நிறையக் கட்டுரைகளும், புத்தகங்களும் தோன்றின. இப்பணிகள் நான் எதிர்பார்த்தைவிட மிகச்சிறப்பாகவே செய்யப்பட்டிருக்கின்றன. இதுநாள் வரை கவனிக்கப்படாமல் விடப்பட்டிருந்த ஸ்ப்ரென்ஜெல் அவர்களின் திறமை அவரது மரணத்திற்குப் பிறகு அங்கீகரிக்கப்பட்டது.

அதே வருடத்தில் *Journal of Linnean* -இல் என்னுடைய கட்டுரை *On the Two Forms or Dimorphic Condition of Primula* பிரசுரிக்கப்பட்டது. அடுத்த ஐந்து வருடங்களில் இரு நிலை மற்றும் மூன்று நிலை வளர்ச்சி தாவரங்கள் பற்றிய ஐந்து கட்டுரைகள் பிரசுரிக்கப்பட்டன. எனது அறிவியல் வாழ்வில் இத்தகைய தாவரங்களின் அமைப்பின் அர்த்தத்தை உருவாக்குவதில் உள்ள திருப்தி வேறெதிலும் இருந்ததாக நான் நினைக்கவில்லை. 1838 அல்லது 1839-இல் லினம் ஃப்லேவம்-இன் *(Linum Flavum)* இரு நிலை வளர்ச்சியைக் கவனித்திருந்தேன். இதனை அர்த்தமற்ற மாற்றத்தின் ஒரு நிலை என்றும் நினைத்திருந்தேன். ஆனால், ப்ரிமுலா-வின் *(Primula)* பொதுவான இனங்களை ஆய்ந்தபோது இரண்டு வடிவங்களும் மிகவும் ஒழுங்காகவும் நிலையாகவும் இருந்தன. கௌஸ்லிப் *(Cow Slip)* மற்றும் ப்ரைம்ரோஸ் *(Primerose)* இருபால் மலர்களாக வரும் என்று நான் ஏறக்குறைய நம்பினேன். அதாவது, சூலகத்தின் ஒரு வடிவமும் மகரந்தத்தின் மற்றொரு வடிவமும் கருச்சிதைவை நோக்கிச் சென்று கொண்டிருந்தன. இந்நிலையில் இந்தத் தாவரங்கள் சோதனைக்கு உட்படுத்தப் பட்டன.

குட்டை சூலகத்தைக் கொண்ட மலர்கள் குட்டை மகரந்தத்தின் துகளோடு கருவுறச் செய்யப்பட்ட உடனே சாத்தியமான மற்ற நான்கு இணைவுகளிலிருந்து கிடைக்கும் விதைகளைவிட அதிக விதைகளைக் கொடுக்கின்றன. இன்னும் சில கூடுதல் ஆய்வுகளுக்குப் பிறகு, இந்த இரண்டு வடிவங்களும் - அவை இரண்டும் முழுமையான இரு பாலி உயிரினமாக இருந்தாலும் - ஒன்றிலிருந்து மற்றொன்று ஒரே தொடர்பைத் தாங்கி நிற்கின்றன. லித்ரம்-உடனான (Lythrum) ஆய்வைப் பொறுத்தமட்டில் மூன்று வடிவங்கள் ஒன்றிலிருந்து மற்றொன்று அதே தொடர்பைப் பெற்று இருக்கின்ற ஆச்சரியமான நிகழ்வுகளும் இருக்கின்றன. அதன் பிறகு, ஒரே வடிவங்களுக்குச் சொந்தமான இரண்டு தாவரங்களின் இணைவால் உருவான இளம் உயிர், இரண்டு வெவ்வேறு இனங்களின் இணைவினால் உருவான கலப்பினத்துடன் ஒரு நெருக்கமான ஒப்புமையைக் காட்டியது என்று கண்டுபிடித்தேன்.

1864-இன் இலையுதிர் காலத்தில் *Climbing Tree* என்ற நீண்ட கட்டுரையை முடித்து லின்னேயியன் சங்கத்திற்கு அனுப்பினேன். இதற்கு நான்கு மாதங்கள் செலவிடப்பட்டது. இக்கட்டுரை குறைவான கவனத்தையே பெற்றது. 1875-இல் இக்கட்டுரை சற்றுத் திருத்தப்பட்டு ஒரு தனிப் புத்தகமாகப் பிரசுரிக்கப்பட்டபோது அது நன்றாக விற்பனையானது. நான் இந்த விஷயத்தை கையிலெடுக்கக் காரணம் ஆஷா கிரே 1858-இல் எழுதிய ஒரு சிறிய கட்டுரையைப் படிக்க நேர்ந்ததுதான். அவர் எனக்கு விதைகள் அனுப்பினார். மற்றும் சில தாவரங்களை வளர்த்தபோது தண்டுகள் மற்றும் சுருள் செடிகளின் சுழல் இயக்கத்தால் நான் ஆச்சரியமும் குழப்பமுமடைந்தேன். முதல் பார்வையில் இவ்வியக்கம் சற்றுச் சிக்கலானதாக இருந்தாலும் பிறகு எளிதானதாகத் தோன்றியது. ஏறு தாவரங்களின் மற்ற

வகைகளை வாங்கி, அவைகளை முழுதும் ஆய்வு செய்தேன். இத்தகைய சுழல் தாவரங்கள் கோபுர வடிவத்தில் வளர்வதற்கான இயற்கையான போக்கைக் கொண்டிருக்கின்றன என்ற ஹென்ஸ்லோவின் விரிவுரையினால் திருப்தியடையாததால் நான் இந்த விஷயத்தில் அதிகமாக ஈடுபாடு காட்டினேன். அவருடைய இந்த விளக்கம் முற்றிலும் தவறு என்று நிரூபணமானது. ஏறு தாவரங்கள் வெளிப்படுத்திய சில தகவமைப்புகள், ஆர்ச்சிட் மலர்கள் குறுக்குக் கருவுறுதலை உறுதிப்படுத்த வெளிப்படுத்தும் தகவமைப்புகள் போல் மிகவும் அழகாக இருந்தன.

ஏற்கனவே சொன்னது போல் என்னுடைய *My Variations of Animals and Plants under Domestication* புத்தகத்திற்கான பணி 1860-இன் ஆரம்பத்தில் ஆரம்பிக்கப்பட்டது. ஆனால், 1868-இன் ஆரம்பம் வரை பிரசுரிக்கப்படவில்லை. அது ஒரு பெரிய புத்தகம். இதனை முடிக்க, கிட்டத்தட்ட நான்கு வருடங்கள் இரண்டு மாதங்கள் ஆனது. உள்நாட்டு உற்பத்திகள் பற்றி பல்வேறு வழிகள் மூலமாகச் சேகரிக்கப்பட்ட அவதானிப்புகள் மற்றும் எண்ணற்ற உண்மைகளைக் கொடுக்கிறது இப்புத்தகம். என்னுடைய தற்போதைய அறிவின் அடிப்படையில் இரண்டாவது தொகுதி மாறுபாட்டின் காரணங்கள் மற்றும் விதிகள் மற்றும் பாரம்பரியம் பற்றி விவாதிக்கின்றது. இந்தப் பணியின் முடிவில் நான் என்னுடைய பாஞ்ஜெனிசிஸ் *(Pangenesis)* பற்றிய தவறான கருதுகோள்களைத் தருகிறேன். உறுதிப்படுத்தப்படாத கருதுகோளுக்கு மதிப்பில்லை. ஆனால், அதன் பிறகு யாரேனும் ஒருவர் ஆய்வு செய்து அந்த அந்த ஆய்வின் மூலம் அந்தக் கருதுகோள் நிலைநிறுத்தப்படச் செய்யவும் முடியும். ஆச்சரியப்படத்தக்க எண்ணற்றத் தனித்தனியான உண்மைகள் ஒன்றிணைக்கப்பட்டு, தெளிவாகப்

புரியக்கூடிய ஒன்றாக மாற்றும் பணியை நான் எதிர்காலத்தில் செய்து முடித்திருப்பேன். 1875 -இல் திருத்தப்பட்ட இரண்டாம் பதிப்பு வெளிவந்தது.

1871-இல் என்னுடைய The Descent of Man பிரசுரிக்கப்பட்டது. 1837 அல்லது 1838-இல் உயிரினங்கள் உருமாற்றமடையும் பொருள்கள்தான் என்று நான் நம்ப ஆரம்பித்த உடனே மனிதனும் இதே விதியின் கீழ்தான் வரவேண்டும் என்ற நம்பிக்கையை என்னால் தவிர்க்க முடியவில்லை. என்னுடைய சுய திருப்திக்காக இவ்விஷயம் குறித்த குறிப்புகளைச் சேகரிக்க ஆரம்பித்தேன். நீண்ட காலமாக இதைப் பிரசுரிக்க வேண்டும் என்கின்ற நோக்கமும் இல்லை. உயிரினங்களின் தோற்றம்-இல் நான் எந்தவொரு குறிப்பிட்ட இனத்தின் உருவாக்கம் பற்றி ஒருபோதும் விவாதிக்கப்படவில்லை, அதுதான் சரியானதும் கூட என்று நினைத்தேன். அப்படிச் செய்திருந்தால் மனிதனின் தோற்றம் மற்றும் அவனது வரலாற்றின் மீது ஒரு புதிய ஒளி பாய்ச்சப்பட்டிருக்கும். ஆனால் இக்கருத்தை எந்த ஆதாரமும் இல்லாமல் எடுத்துச்செல்லல் என்பது இப்புத்தகத்தைப் பொருத்தவரைப் பயனில்லாத ஒன்றாகவும், இப்புத்தகத்திற்கு ஆபத்தான ஒன்றாகவும் இருந்திருக்கும்.

ஆனால், பல இயற்கையியலாளர்கள் உயிரினங்களின் பரிணாமம் பற்றிய கொள்கையை முழுவதும் ஏற்றுக்கொண்டிருக்கிறார்கள் என்று எனக்குத் தெரிய வந்தபோது நான் வைத்திருந்த குறிப்புகளைப் பயன்படுத்தி மனிதனின் தோற்றம் பற்றி ஒரு சிறப்புக் கட்டுரையைப் பிரசுரிக்கலாம் என்று தோன்றியது. என்னை எப்போதும் ஆகர்ஷித்து வந்த பால் தேர்வு (Sex Selection) குறித்து முழுவதும் விவாதிக்க ஒரு வாய்ப்புக் கிடைத்ததால் இப்பணி உண்மையில் எனக்கு மகிழ்ச்சியைக் கொடுத்தது. இந்த விஷயம் மற்றும் உள்நாட்டு உற்பத்திப்பொருட்களின்

மாறுபாடு, மாறுபாட்டின் காரணங்கள் மற்றும் விதிகள், பாரம்பரியம் மற்றும் தாவரங்களின் கலப்பினப்பெருக்கம் போன்றவைகளைப் பற்றி என்னிடம் உள்ள குறிப்புகளை வைத்து என்னால் முழுமையாக எழுத முடிந்தது. The Descent of Man எழுதப்படுவதற்கு மூன்று வருடங்கள் ஆனது. காரணம் வழக்கம்போல் உடல் நிலை சரியின்மை, சில புதிய பதிப்புகளுக்கான வேலை மற்றும் சிற்சில வேலைகள். இரண்டாவது பெரிய திருத்தப்பட்ட பதிப்பு 1874 -இல் தோன்றியது. 1872-இன் இலையுதிர் காலத்தில் என்னுடைய புத்தகம் Expression of the Emotions in Men and Animals பிரசுரிக்கப்பட்டது. The Descent of Man புத்தகத்தில் இந்தப் பொருள் குறித்து ஒரு அத்தியாயம் மட்டுமே கொடுக்க நினைத்திருந்தேன். ஆனால், என்னுடைய குறிப்புகளை ஒன்றிணைத்துப் பார்க்கும்போது ஒரு தனிக்கட்டுரையே தேவைப்படும் போல் இருந்தது.

டிசம்பர் 27, 1839-இல் எனக்கு முதல் குழந்தை பிறந்தது. அவன் வெளிப்படுத்திய முகக்குறிகளை உடனே அன்றிலிருந்தே குறிக்க ஆரம்பித்தேன். இந்த ஆரம்பக் கட்டத்தில் மிகவும் சிக்கலான மற்றும் சிறந்த சொல் வெளிப்பாடு என்பது சீரான மற்றும் இயல்பான ஆரம்பத்தைப் பெற்றிருக்க வேண்டும் என்று நான் நம்பினேன். 1840-இன் கோடை காலத்தில் சொல் வெளிப்பாடு பற்றி சர். பெல் அவர்களின் புகழத்தக்கப் புத்தகத்தைப் படித்தேன். சொல் வெளிப்பாடுக்கென்றே சிறப்புத் தசைகள் உருவாக்கப்பட்டிருக்கின்றன என்ற அவரது கருத்தோடு என்னால் ஒத்துப்போக முடியாவிட்டாலும், இந்த விஷயத்தில் எனக்கு இருந்த ஆர்வம் அதிகரித்தது. இதிலிருந்து நான் அவ்வப்போது மனிதன் மற்றும் வீட்டு விலங்குகள் குறித்துக் கவனம் கொள்ள ஆரம்பித்தேன். எனது புத்தகம் பிரசுரிக்கப்பட்ட நாளிலேயே 5267 படிகள் விற்றுத்தீர்ந்தன.

1860-இன் கோடை காலத்தில் நான் ஹார்ட்ஃபீல்ட்-இல் (Hartfield) ஓய்வு எடுத்துக்கொண்டிருந்ததேன். அங்கு சண்டியூ (sundew) செடியின் இரண்டு இனங்கள் நிறைய இருந்தன. அதன் இலைகளில் நிறைய பூச்சிகள் மாட்டிக்கொண்டிருந்தன. சில செடிகளை வீட்டிற்கு எடுத்துச்சென்றேன். பூச்சிகளின் கால்களின் இயக்கத்தைக் கவனித்தபோது அப்பூச்சிகளை ஏதோ ஒரு சிறப்பான காரணத்திற்காகத்தான் பிடித்து வந்துள்ளோம் என்று தோன்றியது. அதிர்ஷ்டவசமாக அங்கு ஒரு சோதனை நடத்தப்பட்டது. ஒரே அடர்த்தி உடைய நைட்ரஜன் அடங்கிய மற்றும் நைட்ரஜன் அல்லாத திரவத்தில் நிறைய இலைகள் போடப்பட்டன. நைட்ரஜன் அடங்கிய திரவத்தில் போடப்பட்ட இலைகள்தான் ஆற்றலுள்ள இயக்கத்தைத் தூண்டின. எனக்குப் புதிய ஆராய்ச்சிக்கான களம் கிடைத்து விட்டது என்பது தெளிவு.

அடுத்து வந்த வருடங்களில் நான் ஓய்வாக இருந்த போதெல்லாம் என்னுடைய ஆராய்ச்சியைத் தொடங்கினேன். நான் எனது ஆராய்ச்சியை ஆரம்பித்து 15 வருடங்கள் கழித்து ஜூலை, 1875-இல் என்னுடைய புத்தகம் Insectivorous Plants வெளிவந்தது. மற்ற புத்தகங்களுக்கு ஏற்பட்டது போலவே இந்தப் புத்தகத்தை வெளியிடுவதில் ஏற்பட்ட தாமதமும் பயனுள்ளதாகவே இருந்தது. ஒரு மனிதன் நீண்ட இடைவெளிக்குப் பிறகு அவனது படைப்பை விமர்சித்துக்கொள்வது என்பது இன்னொருவர் அவனுடைய படைப்பை விமர்சிப்பதற்குச் சமம். ஒரு தாவரம் முறையாகத் தூண்டப்படும்போது அது ஒரு விலங்கின் செரிமான திரவத்தை ஒத்த அமிலமும் நொதியும் அடங்கிய திரவத்தைச் சுரக்க வேண்டும் என்கின்ற உண்மை நிச்சயமாக ஒரு குறிப்பிடத்தக்க கண்டுபிடிப்புதான்.

1876-இன் இலையுதிர் காலத்தில் என்னுடைய Effects of Cross-Fertilisation in the Vegetable Kingdom என்ற புத்தகத்தை வெளியிடுவேன். இப்புத்தகம் என்னுடைய *Fertilisation of Archids* என்ற புத்தகத்தை நிறைவு செய்யும் விதமாக இருக்கும். அந்தப் புத்தகத்தில் கலப்பினங்களை உருவாக்குவதில் உள்ள வழிமுறைகள் எவ்வளவு சரியானவை என்று காட்டினேன். இந்தப் புத்தகம் முடிவுகள் எவ்வளவு முக்கியமானவை என்று காட்டும். பதினோரு வருட காலங்களில், இந்தத் தொகுதியில் பதிவு செய்யப்பட்டுள்ள எண்ணற்ற ஆய்வுகள் தற்காலிகமாக ஏற்பட்ட அவதானிப்பினாலே உருவாக்கப்பட்டன. ஆர்ச்சிட் மலர்கள் பற்றிய திருத்தப்பட்ட பதிப்பை மறு பிரசுரம் செய்யவேண்டும் என்று விரும்பினேன். அதன்பிறகு இருநிலை மற்றும் மூன்று நிலை வளர்ச்சி பற்றிய கட்டுரை மற்றும் அதோடு தொடர்புடைய கூடுதல் ஆய்வுகள் அடங்கிய கட்டுரையையும் பிரசுரிக்க விரும்பினேன். ஏனென்றால் இவைகளை ஒழுங்கமைக்க எனக்கு நேரமே இருந்ததில்லை. நிச்சயம் எனது வலிமை தீர்ந்து போகும். பின்பு நான் "நன்க் டிமிடிஸ்" *(nunc dimittis)* சொல்லத் தயாராக இருப்பேன்.

1876-இன் இலையுதிர் காலத்தில் என்னுடைய Written May 1st, 1881- The Effects of Cross-and Self-Fertilisation வெளியிடப்பட்டது. ஒரே இனத்தைச் சேர்ந்த ஒரு செடியிலிருந்து இன்னொரு செடிக்கு மகரந்தத் தூளை இடம் மாற்றுவதில் தேவைப்படும் முடிவற்றத் திட்டமிடல்களின் விளைவுதான் இப்புத்தகம். நான் நிறைய தகவமைப்புகள் குறித்து அறிந்திருந்தாலும் சுய கருவுறுதலுக்கான பல தகவமைப்புகள் பற்றி நான் அதிகமாக வலியுறுத்தியதைவிட, குறிப்பாக ஹெர்மன் முல்லரின் ஆய்வுகளிலிருந்துதான் அதிகமாக வலியுறுத்தியுள்ளேன் என்றே நம்புகிறேன். *Fertilisation of Orchids* புத்தகத்தின் விஸ்தரிக்கப்பட்ட புதிய பதிப்பு 1877-இல் வெளியிடப்பட்டது.

இதே வருடத்தில் *Different Forms of Flowers & c* தோன்றியது. இரண்டாம் பதிப்பு 1880-இல் பிரசுரமானது. ஒரே செடியில் காணப்படும் இரண்டு வகையான மலர்கள் கொண்ட நிகழ்வுகளை ஆராய்ந்து பெற்ற முடிவுகள் மற்றும் புதிதாய்ச் சேர்க்கப்பட்ட, திருத்தப்பட்ட விஷயங்களோடு லின்னேயியன் சங்கத்தால் பிரசுரிக்கப்பட்ட ஹெடிரோ-ஸ்டைல் (*Hetero-Style*) மலர்கள் பற்றிய கட்டுரைகள்தான் இந்தப் புத்தகம். ஏற்கனவே குறிப்பிட்டது போல என்னுடைய எந்த ஒரு சிறிய கண்டுபிடிப்பும் எனக்குத் தந்திராத மகிழ்ச்சி ஹெடிரோ-ஸ்டைல் மலர்கள் பற்றிய அர்த்தத்தை உருவாக்குவதில் கிடைத்தது. முறையற்ற வகையில் இத்தகைய மலர்களைக் கலப்பினம் செய்வதன் முடிவுகள்- இந்த முடிவுகளைச் சில நபர்கள் கவனித்திருந்தாலும்- கலப்பினங்களின் மலட்டுத்தன்மையுடனான தொடர்பைப் போல் மிக முக்கியமானது என்று நம்புகிறேன்.

1879-இல் டாக்டர்.எர்னெஸ்ட் க்ரவுஸ்-உடைய *Life of Erasmus Darwin* என்ற மொழிபெயர்ப்புப் புத்தகத்தைப் பிரசுரித்தேன். என்னிடம் இருந்த தகவல்களை வைத்து அவருடைய குணம் மற்றும் பழக்கங்கள் குறித்துக் கட்டுரை வரைந்தேன். நிறைய நபர்கள் இந்த வாழ்க்கை வரலாற்றினால் ஆகர்ஷிக்கப்பட்டார்கள். ஆனால், 800 அல்லது 900 படிகள் தான் விற்றன என்றதும் ஆச்சரியமடைந்தேன்.

1880-இல் என்னுடைய மகன் ஃப்ரான்க்-இன் உதவியோடு *Powers of Movement* என்ற புத்தகத்தை வெளியிட்டேன். இது ஒரு கடினமான பணி. *Climbing Plants* பற்றிய என்னுடைய சிறிய புத்தகத்தின் அதே தொடர்பைத்தான்

இந்தப் புத்தகமும் தாங்கி நிற்கிறது. அனைத்து வகையான தாவரங்களுக்குச் சற்றேனும் இடப்பெயர்ச்சிக்கான ஆற்றல் இல்லையென்றால், பரிணாமக் கொள்கைக்கு இணங்க பரந்த பல்வேறு குழுக்களிலிருந்து உருவான ஏறு தாவரங்களை விளக்குவது என்பது இயலாத ஒன்று. இதைத்தான் நான் முக்கியம் என்று நிரூபித்தேன். இந்த ஆய்வு சற்றுப் பரவலாகப் பொதுமைப்படுத்தப்பட்டது. அதாவது ஒளி மற்றும் ஈர்ப்பு விசையால் தூண்டப்பட்ட முக்கியமான இயக்கங்களின் பிரிவுகள் என்பவை அடிப்படை சுற்றியக்கத்தின் மாறுபட்ட வடிவங்களே. ஒருங்கிணைக்கப்பட்ட உயிரினங்கள் என்கின்ற அடிப்படையில் தாவரங்களைப் பாராட்டுவது என்னை எப்பொழுதும் மகிழ்விக்கும். ஆகையால் ஒரு வேரின் நுனிப்பகுதி எத்தனை முறை அல்லது எவ்வளவு அழகாகத் தகவமைத்துக்கொண்ட இயக்கங்களை பெற்றிருக்கிறது என்பதைக் காட்டுவதில் எனக்குத் தனி மகிழ்ச்சிதான்.

தற்போது (மே 1, 1881) அச்சகத்தாருக்கு The Formation of Vegetable Mould through the Action of Worms என்ற புத்தகத்தை அனுப்பியிருக்கிறேன். சற்று முக்கியத்துவம் குறைவெனினும் இதுவும் ஒரு கருப்பொருள்தான். என்னுடைய வாசகர்களை இது ஆகர்ஷிக்குமா என்று தெரியவில்லை. ஆனால், என்னை ஆகர்ஷித்தது. இப்புத்தகம் நாற்பது வருடங்களுக்கு முன்பு புவியியல் சங்கம் முன்பு வாசிக்கப்பட்ட கட்டுரை. பழைய புவியியல் சிந்தனைகளைப் புதுப்பித்தது.

நான் வெளியிட்ட அனைத்துப் புத்தகங்கள் பற்றியும் இப்பொழுது சொல்லியுள்ளேன். இவைகள் என் வாழ்வின் மைல்கற்கள். கடந்த 30 வருடங்களில் என் மனதில் ஏற்பட்ட மாற்றத்தை நான் உணரவில்லை, ஒன்றைத்தவிர. எனது தந்தை 83 வருடங்கள் வாழ்ந்தார். அவரது அறிவு கடைசிவரை எப்பொழுதும்போல்

உயிர்ப்போடு இருந்தது. அவரது எந்தத் திறமையும் மங்கவில்லை. எனது மனம் உணரத்தக்க எல்லைக்குச் செல்ல முடியாதபோது நான் இறக்கலாம் என்று நம்புகிறேன். சரியான விளக்கங்களைக் கணிப்பதிலும், ஆய்வுச்சோதனைகளை வடிவமைப்பதிலும் நான் கொஞ்சம் திறமையுள்ளவனாகவே இருந்திருப்பதாக நினைக்கிறேன். இது ஒருவேளை பயிற்சியின் விளைவாலும், பரந்த அறிவின் சேமிப்பின் விளைவாகக்கூட இருக்கலாம். என்னை நான் தெளிவாகவும், சுய நினைவோடும் வெளிப்படுத்திக்கொள்வதில் நிறைய கஷ்டப்பட்டிருக்கிறேன். இந்தக் கஷ்டம் அதிக கால விரயத்திற்குக் காரணமாகியுள்ளது. ஆனால், அதற்கு ஈடாக இந்தக் குணம் எனக்கு, ஒரு வாக்கியத்தை நீண்ட நேரம் ஒரு குறிப்பிட்ட நோக்கோடு யோசிக்கத் தூண்டும் பலனைக் கொடுத்திருந்தது. இப்பலன் வாயிலாக என்னுடைய சொந்த அல்லது மற்றவர்களின் ஆராய்ச்சியில் உள்ள தர்க்க அறிவின் தவறுகளைக் காணுமளவிற்குச் சென்றிருக்கிறேன்.

என்னுடைய வாக்கியத்தை தவறாகவோ அல்லது பயமுறுத்தும் வகையிலேயே வெளிப்படுத்த எத்தனிக்கின்ற ஒரு வகையான ஆபத்து என் மனதில் இருப்பதுபோலவே தோன்றுகிறது. முன்பெல்லாம் நான் எழுதுவதற்கு முன்பு என்னுடைய வாக்கியங்களைப் பற்றி சிந்திப்பதை வழக்கமாகக் கொண்டிருந்தேன். வார்த்தைகளைச் சுருக்கி எவ்வளவு வேகமாக எழுதமுடியுமோ அவ்வளவு வேகமாகக் கிறுக்கிப் பக்கங்களை நிரப்பி அதன் பின் நிதானமாகத் திருத்துவதன் மூலம் நேரம் மிச்சமாவதாக பல வருடங்கள் கண்டிருக்கிறேன். இப்படியாகக் கிறுக்கி எழுதப்பட்ட வாக்கியங்கள் யோசித்து எழுதப்பட்ட வாக்கியங்களை விட சிறப்பானவைகளாக இருக்கின்றன.

நான் எழுதும் பாங்கு பற்றி இங்கு நிறைய சொல்லப்பட்டுள்ளது. இப்பொழுது நான், என்னிடம்

வைத்திருக்கும் புத்தகங்களிலிருந்து பெறப்பட்ட விஷயங்களைப் பொருளின் அடிப்படையில் சீரமைக்க எப்படி நிறைய நேரங்கள் செலவளிக்கிறேன் என்று சொல்கிறேன். முதலில் இரண்டு பக்கங்களில் பொதுவாக ஒரு வருணனையை மேற்கொள்வேன். பின்பு பல பக்கங்களில் பெரிய வருணனைத் தயார் செய்வேன். ஒரு வார்த்தை அல்லது ஒரு சில வார்த்தைகள் என்பது முழு விவாதத்தை அல்லது ஆய்வின் தொகுப்பைக் குறிப்பதாக இருக்கும். நான் விரிவாக எழுத ஆரம்பிப்பதற்கு முன்பு ஒவ்வொரு தலைப்பும் விரிவுபடுத்தப்படும் மற்றும் ஒன்றிலிருந்து இன்னொன்றாக மாற்றியமைக்கப்படும். என்னுடைய பல புத்தகங்களில் உள்ளதுபோல, மற்றவர்களின் ஆய்வுக்குறிப்புகள் பரந்த அளவில் பயன்படுத்தப்பட்டுள்ளன. என்னிடம் ஒரே நேரத்தில் பல விஷயங்கள் குறித்த, பிரத்தியேகமான புத்தகங்கள் இருந்ததால் அவைகளைப் பாதுகாக்க எனது அலமாரிப் பெட்டியில் 30 அல்லது 40 உறைகள் வைத்திருந்ததையும் நான் சொல்லவெண்டும். இவைகளில் தனியாக மேற்கோள்களையும், நினைவுக்குறிப்புகளையும் போட்டு வைத்துக் கொள்ள முடியும். நான் நிறையப் புத்தகங்கள் வாங்கியிருக்கிறேன். அவைகளின் கடைசிப் பக்கத்தில் என் பணி சம்பந்தமான குறிப்புகள் அடங்கிய அட்டவணையைத் தயார் செய்வேன். அது என்னுடைய புத்தகமாக இல்லையென்றால் அந்த ஆய்வுக்குறிப்புகளைச் சுருக்கமாக எழுதி எனது டிராயரில் போட்டுக்கொள்வேன். இப்படியாக எனது டிராயர் நிரம்பி விட்டது. எனது பணியை ஆரம்பிக்கும் முன்பு அனைத்துச் சிறிய அட்டவணைகளையும் கவனிப்பேன். பின் அவைகளை வகைப் படுத்தப்பட்ட அட்டவணைகளாக மாற்றுவேன். என் வாழ்க்கையில் நான் சேகரித்து வைத்த உறையில் எனது பயன்பாட்டுக்குத் தேவையான அனைத்துத் தகவல்களும் உள்ளன.

இந்த இருபது முப்பது வருடங்களில் ஒரே ஒரு விஷயம்தான் என் மனதில் மாற்றத்தை ஏற்படுத்தியது என்று சொல்லியிருக்கிறேன். முப்பது வயது அல்லது அதற்கு மேலும், மில்டன், க்ரே, பைரன், வேர்ட்ஸ்வர்த், காால்ரிட்ஜ், மற்றும் ஷெல்லி போன்றவர்களின் பல வகையான கவிதைகள் எனக்குப் பெருமகிழ்வைக் கொடுத்தன. பள்ளி மாணவனாக இருந்தபோதும் கூட ஷேக்ஸ்பியரின் நாடகங்களில் குறிப்பாக வரலாற்று நாடகங்களில் ஆனந்தம் அடைந்தேன். சித்திரங்கள் குறிப்பிடத்தக்க அளவும் மற்றும் இசை பேரானந்தத்தைக் கொடுத்தது என்றும் ஏற்கனவே சொல்லியிருக்கிறேன். ஆனால், இப்பொழுது பல வருடங்களாகக் கவிதையிலிருந்து ஒரு வரியைக்கூட என்னால் படிக்க முடியவில்லை. ஷேக்ஸ்பியரை மறுபடியும் படிக்க முயற்சி செய்தேன். ஆனால் அது எனக்கு முற்றிலும் சோம்பலாகவும், குமட்டுமளவிற்கும் இருந்தது. சித்திரங்கள் மற்றும் இசை மீதான எனது ரசனையை ஏறக்குறைய இழந்துவிட்டேன். இசை பொதுவாக எனக்கு மகிழ்ச்சி தருவதற்குப் பதிலாக நான் எந்தப் பணியில் இருக்கிறேனோ அதைப்பற்றி மிகுந்த ஆற்றலுடன் சிந்திக்கத் தூண்டியது. இயற்கைக் காட்சிகள் மீதான ரசனையைத் தக்கவைத்துக்கொண்டாலும் அது முன்பு கொடுத்த அற்புதமான மகிழ்ச்சியைக் கொடுப்பதில்லை. இன்னொரு பக்கம், பெரிதாக உயர் நடை என்று கருதப்படாத, கற்பனைப் படைப்பு என்று சொல்லப்படுகிற புதினங்கள். புதினங்கள் பல வருடங்களாக எனக்கு ஆச்சரியப்படத்தக்க வகையில் ஓய்வு தருபவையாகவும், மகிழ்ச்சி தருவதாகவும் இருந்தன. நான் புதினங்களை அடிக்கடி ஆசீர்வதிக்கிறேன். ஆச்சரியப்படத்தக்க வகையில் பல புதினங்கள் எனக்குச் சத்தமாகப் படித்துக்காட்டப்பட்டன. அவைகள் ஓரளவு நன்றாயிருந்தால், சோகத்தில் முடியாவிட்டால்

அதை நான் விரும்புவேன். சோகத்தில் முடியும் புதினங்களுக்கு எதிராக ஒரு சட்டம் கொண்டு வரவேண்டும். ஒரு புதினத்தில் வரும் சில நபர்கள் முற்றிலும் விரும்பப்படுபவர்களாக - அவர்கள் பெண்களாக இருந்தால் சிறப்பு- இல்லையென்றால் அந்தப் புதினம் முதல் தரத்தை அடைவதில்லை என்பது புதினம் பற்றிய எனது பார்வை.

இத்தகைய உயர் வகை அழகியல் உணர்வின் இழப்புச் சற்று விந்தையானதுதான். ஏனென்றால் வரலாற்றுப் புத்தகங்கள், சுய சரிதைகள், அறிவியல் பயணங்கள் சார்ந்திராத பயணக் குறிப்புகள், அனைத்து வகையான விஷயங்கள் உள்ளடங்கிய கட்டுரைகள் எப்பொழுதும் போல் என்னை ஆகர்ஷித்தன. திரண்ட உண்மைகளிலிருந்து பொது விதிகளைக் கடைந்து எடுப்பதற்கான ஒரு வகை எந்திரமாக என் மனம் ஆகிவிட்டதாக எனக்குத் தோன்றுகிறது. மூளையின் எந்தப் பகுதியில் இத்தகைய அறிவியல் தேடலுக்கான ரசனை சார்ந்துள்ளதோ அந்தப்பகுதி மட்டும்தான் அதன் வலிமை இழந்து பாழ்பட வேண்டும். என்னைவிட சிறப்பாக ஒருங்கிணைக்கப்பட்ட அல்லது சிறப்பான உருவாக்கம் கொண்ட மனத்தைக் கொண்டவர் இதைப்போல் பாதிக்கப்பட்டிருக்க மாட்டார் என்று நான் எண்ணுகிறேன். நான் மீண்டும் இன்னொரு வாழ்க்கை வாழ்வதாக இருந்தால், வாரத்திற்கு ஒருமுறையேனும் கவிதை வாசிக்கவும், இசையைக் கவனிக்கவும் சட்டம் உருவாக்கியிருப்பேன். ஏனென்றால் தற்போது செயலிழந்து போன எனது மூளை தொடர்ந்த பயன்பாட்டின் மூலம் செயலூக்கம் பெற்றிருக்கும். இந்த ரசனைகளின் இழப்பு உண்மையில் மகிழ்ச்சியின் இழப்பு. நமது இயல்பின் உணர்ச்சி மிக்க பகுதியைப் பலவீனப்படுத்துவதன் மூலம் அறிவுக்கும், நன்னெறிக்கும் ஆபத்தாக முடிகின்ற வாய்ப்புகள் இருக்கலாம்.

என்னுடைய புத்தகங்கள் இங்கிலாந்தில் பெருமளவு விற்கப்பட்டுள்ளன. பல மொழிகளில் மொழிபெயர்க்கப்பட்டுள்ளன. வெளிநாடுகளில் பல பதிப்புகளைக் கடந்து வந்திருக்கின்றன. வெளிநாட்டில் என்னுடைய புத்தகங்களின் வெற்றி அவைகளின் நீடித்த மதிப்பைக் காட்டுவதாகப் பிறர் சொல்ல நான் கேள்விப்பட்டிருக்கிறேன். ஆனால் இது எந்த அளவுக்கு உண்மை என்பதில் எனக்குச் சந்தேகம் உண்டு. இந்த அளவுகோலின் அடிப்படையில் அளவிடுதல் மூலம் எனது பெயர் சில வருடங்கள் தாக்குப்பிடிக்கும். ஆகையால், மனத்தகுதி, எந்த நிபந்தனைகளின் அடிப்படையை என் வெற்றி சார்ந்திருக்கிறது என்று பகுத்தாராய்வது சீரியானதாக இருக்கும். இருப்பினும் இதை யாரும் சரியாகச் செய்வதாக எனக்குத் தெரியவில்லை.

ஹக்ஸ்லே போன்ற அறிவாளிகளிடம் காணப்படும் எண்ணம் அல்லது அறிவின் சுறுசுறுப்புத்தன்மை என்னிடம் இல்லை. ஆகையால் நான் ஒரு மோசமான விமர்சகன். ஒரு கட்டுரையையோ அல்லது புத்தகத்தையோ அதை முதலில் படிக்கும்போது என்னைப் பாராட்டத் தூண்டுகிறது. ஒரு குறிப்பிடத்தக்க அசை போடலுக்குப் பிறகுதான் அதன் பலவீனங்களை நான் உணர்கிறேன். ஒன்றின் சாராம்சம் மற்றும் தொடர் சிந்தனையைப் பின்பற்றும் சக்தி ஒரு வரையறைக்குட்பட்டது. ஆகையால்தான் நான் மெடாபிசிக்ஸ் மற்றும் கணிதத்தில் வெற்றிபெற முடியாமலேயே போய்விட்டது. என் ஞாபக சக்தி பரந்தது, ஆனால் மங்கலானது. நான் எந்த முடிவை நோக்கிச் சென்று கொண்டிருக்கிறேனோ அதற்குச் சாதகமாகவோ அல்லது அதற்கு எதிராக சில விஷயங்களைப் படித்திருக்கிறேன் அல்லது கண்டிருக்கிறேன் என்று சொல்லி என்னை எச்சரிக்கை செய்யுமளவிற்குப் போதுமானதாக இருக்கிறது இந்த ஞாபக சக்தி. ஞாபக சக்தி என்ற அடிப்படையில் நான்

மிகவும் பலவீனமானவன். அதாவது, இரண்டொரு நாட்களின் தேதிகள் அல்லது கவிதையின் ஒரு வரியைக்கூட என்னால் ஞாபகப்படுத்த முடியாது.

என்னுடைய விமர்சகர்கள் சிலர் "இவர் ஒரு சிறந்த ஆய்வாளர். ஆனால், தர்க்க அறிவின் ஆற்றல் இவரிடம் இல்லை!" என்று சொல்வார்கள். இது உண்மை என்று நான் நினைக்கவில்லை. ஏனென்றால் உயிரினங்களின் தோற்றம் என்பது ஆரம்பத்திலிருந்து கடைசி வரை தொடர்கின்ற ஒரு விவாதம். ஒரு சில திறமையானவர்களை மட்டும் இந்தப் புத்தகம் ஆகர்ஷிக்கவில்லை. தர்க்க அறிவு இல்லாத ஒருவரால் இந்தப் புத்தகத்தை எழுதியிருக்க முடியாது. ஒரு உண்மையான, வெற்றிகரமான வழக்கறிஞர் மற்றும் மருத்துவர் கட்டாயம் பெற்றிருக்கவேண்டியதைப்போல் எனக்கும் உயர்ந்த அளவில் இல்லையென்றாலும் நியாயமான அளவில் கண்டுபிடிப்பு, பகுத்தறிவு அல்லது தீர்மானிக்கும் ஆற்றலைப் பெற்றிருப்பதாகவே நம்புகிறேன்.

விஷயங்களைக் கவனமாக அவதானிப்பதில், மனிதர்கள் கவனிக்காத விஷயங்களைக் கவனிப்பதில் சாதாரண மனிதர்களைவிட நான் உயர்ந்தவன் என்றே நினைக்கிறேன். அவதானிப்பு மற்றும் உண்மைகளைச் சேகரித்தலில் நான் காட்டிய அதே உழைப்புதான் எல்லாவற்றிலும் இருந்தது. இயற்கை விஞ்ஞானத்தின் மீதான எனது தீராக் காதல் நேர்மையானது மற்றும் தீவிரமானது என்பது மிக முக்கியம்.

இந்த மதிக்கத்தக்க காதல் சக இயற்கையியல்வாதிகள் மரியாதை செய்யுமளவிற்கு இருந்த எனது லட்சிய வேட்கையால் உதவப்பட்டது. என்னுடைய இளம் வயதிலிருந்தே நான் பார்த்த அனைத்தையும் விவரிக்கும் அல்லது புரிந்துகொள்ளும் தீவிர விருப்பத்தைக்

கொண்டிருந்தேன். அதாவது, சில பொது விதிகளின் கீழ் உண்மைகளை வகைப்படுத்துவேன். இத்தகைய விஷயங்கள் எனக்குத் தீர்க்கப்படாத எந்தப் பிரச்சினை குறித்தும் எத்தனை வருடங்களேனும் ஆழ்ந்து யோசிக்கிற பொறுமையைக் கொடுத்தது. என்னைப் பொருத்தவரை மற்றவர்கள் சொன்னதை அப்படியே கண்மூடித்தனமாக ஏற்றுக்கொள்ளும் ஆள் இல்லை. நான் விரும்பிய எந்தக் கருதுகோளானாலும் சரி உண்மை அதற்கு நேரெதிராக இருந்தால் அக்கருதுகோளைத் தூக்கியெறியுமளவிற்கு என் மனதைத் தயாராக வைத்திருக்க நான் தொடர்ந்து முயற்சி எடுத்திருக்கிறேன். எனக்கு இந்தப் பாங்கில் செயலாற்றுவதைவிட வேறு வாய்ப்பு இல்லை. ஒரே ஒரு விதிவிலக்குப் பவளப்பாறைகள்தான். பவளப்பாறைகள் குறித்து நான் ஆரம்பத்தில் உருவாக்கிய கருதுகோளை அதைத் தற்போது விட்டு விடவோ அல்லது திருத்தம் செய்வதற்கோ என்னால் ஞாபகப்படுத்த முடியவில்லை. எல்லா அறிவியல் பிரிவுகளிலும் உள்ள காரணத்திலிருந்து விளைவை நோக்கும் தர்க்க அறிவை அதிகளவில் நம்பாத அளவிற்கு இது என்னை வழிநடத்தியது. இன்னொரு பக்கம் நான் எல்லவற்றையும் சந்தேகப்படுகிற ஆள் இல்லை. இந்தக் குணம் அறிவியலின் வளர்ச்சிக்கு மிகவும் ஆபத்தான ஒரு மனச்சட்டகம். அறிவியலாளனிடம் இருக்கக் கூடிய அதிக அளவிலான சந்தேகவாதம் நேர விரயத்தைத் தடுப்பது என்ற வகையில் பரிந்துரைக்கத்தக்கது. ஆனால், இந்த சந்தேகவாதத்துடன் உள்ள ஒரு சிலரை அல்ல நிறையப் பேரை நான் சந்தித்திருக்கிறேன். இதனால் அவர்கள் நேரடியாகவோ அல்லது மறைமுகமாகவோ ஒத்தாசையாக இருக்கக்கூடிய ஆராய்ச்சி அல்லது கண்காணிப்பிலிருந்து விலக்கப்பட்டார்கள்.

ஒரு விளக்கத்திற்காக எனக்குத் தெரிந்த ஒரு வித்தியாசமான நிகழ்வைச் சொல்கிறேன். ஒரு

பெரிய மனிதர் (இவர் பிற்காலத்தில் சிறந்த உள்ளூர் தாவரவியல் அறிஞர் என்று கேள்விப்பட்டேன்) கிழக்கு மாவட்டத்திலிருந்து எனக்கு ஒரு கடிதம் எழுதியிருந்தார். அதில் பீன்ஸ் செடிகள் விளைவிக்கிற சாதாரண நிலத்தில் பயிரிடப்பட்ட பீன்ஸ் விதைகள், விதைப்பைகளிலிருந்து வழக்கமான பக்கத்தில் வெடித்து வெளியேறுவதற்குப் பதிலாக, தவறான பக்கத்தில் வளர்ந்திருக்கின்றன என்றிருந்தது. எனக்கு அவர் என்ன சொல்ல வருகிறார் என்று புரியாமல் சில தகவல்கள் கேட்டுக் கடிதம் எழுதினேன். நீண்ட காலத்திற்கு எனக்குப் பதிலில்லை. இது ஒரு குறிப்பிடத்தக்க உண்மை "இந்த வருடம் பீன்ஸ் தவறான பக்கத்தில் முளைத்திருக்கிறது" என்ற செய்தியை, கெண்ட் *(Kent)* மற்றும் யார்க்ஷயர் *(Yorkshire)* பகுதியிலிருந்து பிரசுரிக்கப்பட்ட பத்திரிகைகளில் பார்த்தேன். இந்த மாதிரியான பொதுவான அறிக்கைக்கு ஒரு ஆரம்பம் இருக்க வேண்டுமென்று நினைத்தேன். எனது தோட்டக்காரரை (அவர் கெண்ட் மாவட்டத்தை சேர்ந்தவர்) சந்தித்து இப்பத்திரிக்கை செய்தி குறித்து எதுவும் தெரியுமா என்று கேட்டேன். "இல்லை அய்யா, இந்தச் செய்தி தவறாக இருக்கும். ஏனென்றால் பீன்ஸ் தவறான பக்கத்தில் லீஃப் வருடத்தில்தான் முளைக்கும்" என்றார் அவர். நான் அவரிடம் மற்ற வருடங்களில் எப்படி முளைக்கிறது மற்றும் லீஃப் வருடங்களில் எப்படி முளைக்கிறது என்று கேட்டேன். ஆனால், அவருக்கு எது எந்த நேரத்தில் முளைக்கிறது என்பது தெரியாது என்பதைக் கண்டுபிடித்தேன். ஆனாலும் அவர் அவரது நம்பிக்கையில் பிடிவாதமாய் இருந்தார்.

கொஞ்ச காலம் கழித்து எனக்கு முதலில் தகவல் கொடுத்தவர் என்னிடம் மன்னிப்புக் கேட்டு ஒரு கடிதம் எழுதினார். அதில், தான் இந்த விஷயத்தை பல அறிவார்ந்த விவசாயிகளிடமிருந்து கேட்டிராவிட்டால் உங்களுக்கு எழுதியிருக்கமாட்டேன். பின்பு அவர்கள்

ஒவ்வொரிடமும் இதைப்பற்றிப் பேசினேன். ஆனால், அதில் ஒருவராலும் நான் என்ன அர்த்தப்படுத்தினேன் என்று புரிந்துகொள்ளவில்லை என்று எழுதியிருந்தார். இங்கு ஒரு நம்பிக்கை ஆதாரத்திற்கான எந்தச் சான்றும் இல்லாமல் இங்கிலாந்து முழுவதிலும் பரவியுள்ளது.

என் வாழ்வில் உள்நோக்கோடு மூன்று தவறான அறிக்கைகள் வெளியிடப்பட்டன. அதில் ஒன்று பெரிய மோசடி (இதுபோல் நிறைய அறிவியல் மோசடிகள் உள்ளன). இந்த மோசடி அமெரிக்க விவசாய இதழில் நடந்தது. ஹாலந்தில் பாஸ் (*Bos*) வகை எருதினங்களை (இந்த இனங்களில் சில மலட்டுத்தன்மை வாய்ந்தவைகள் என்று எனக்குத் தெரியும்) கலப்பினப்பெருக்கம் செய்வதன் மூலம் ஒரு புதிய வகை எருதுகள் உருவாவதோடு தொடர்புடையது இந்த மோசடி. அந்தக் கட்டுரையின் ஆசிரியர் என்னைத் தொடர்பு கொண்டார் என்றும், இந்த விளைவினால் நான் மிகவும் ஆச்சரியமடைந்ததாகவும் கூறுமளவிற்கு மரியாதை தெரியாதவராய் இருந்தார் அவர். இக்கட்டுரையை ஒரு ஆங்கில விவசாய இதழின் ஆசிரியர் எனக்கு அனுப்பி அதை அவர் மறுபதிப்புச் செய்யப் போவதாகவும் அதற்கு என்னுடைய கருத்தையும் கேட்டிருந்தார்.

இரண்டாவது, பிரிமுலாவின் பல இனங்களிலிருந்து ஆசிரியர் உருவாக்கிய புதிய வகைகள் பற்றியது. இந்த இனங்களின் தாவரங்கள் பூச்சிகளிடமிருந்து பாதுகாக்கப்பட்டாலும் இவைகள் தொடர்ந்து நிறைய விதைகளைக் கொடுத்தன. நான் ஹெடிரோஸ்டைலிஸ்ம் பற்றிய கருத்தைக் கண்டுபிடிக்கும் முன்பே இந்த விளக்கம் பிரசுரிக்கப்பட்டது. இந்த மொத்த அறிக்கையும் பொய்யானாதாக இருக்க வேண்டும். அல்லது பூச்சிகளை விலக்குவதில் கவனமின்மை இருந்திருக்க வேண்டும்.

மூன்றாவது முக்கியமானது. திரு. ஹத் தன்னுடைய Consanguineous Marriage என்ற புத்தகத்திற்காகப் பெல்ஜியத்தைச் சேர்ந்த ஒரு ஆசிரியரின் புத்தகத்திலிருந்து நீண்ட சுருக்கங்களை எடுத்தாண்டார். இந்தப் பெல்ஜிய ஆசிரியர் பல தலைமுறையாக எந்த ஆபத்தான விளைவுமின்றி முயல்களை இனக்கலப்புச் செய்ததாகச் சொல்லியிருந்தார். இந்த விஷயம் பெல்ஜியத்தைச் சேர்ந்த மிகவும் மதிக்கப்பட்ட இதழ்களில் பிரசுரிக்கப் பட்டது. ஆனால், எனக்குச் சந்தேகம் வந்ததைத் தவிர்க்க முடியவில்லை. விலங்கினங்களை இனக்கலப்புச் செய்வதில் எனக்கு உள்ள அனுபவத்தின் அடிப்படையில் இது சாத்தியமில்லை என்று தோன்றியது.

மிகுந்த தயக்கத்துடன் நான் பேராசிரியர் வான் பெனிடென் அவர்களுக்கு இந்த ஆசிரியர் நம்பகத்தன்மை வாய்ந்தவரா என்று கேட்டுக் கடிதம் எழுதினேன். இந்த முழுக் கண்டுபிடிப்பும் ஒரு ஏமாற்றுவேலை என்பதைக் கண்டுபிடித்ததாக எனக்குப் பதில் வந்தது. அதே இதழில் அக்கட்டுரையாசிரியர் இது நாள் வரை எங்கு தங்கியிருந்தார். அவரது ஆய்விற்குப் பயன்பட்ட முயல்களை எங்கு வைத்திருந்தார் போன்ற கேள்விகளுக்குப் பதிலளிக்குமாறு சவால் விடப்பட்டது.

ஆனால் அவரிடமிருந்து எந்தப் பதிலையும் பெறமுடியவில்லை.

என்னுடைய பழக்கவழக்கங்கள் முறைப்படுத்தப்பட்ட ஒன்று. இது என்னுடைய பணி செய்யும் பாங்கிற்குப் பெரியளவில் பயனுள்ளதாக இருந்தது. எனக்கான சம்பாத்யத்தை நான் சம்பாதிக்க வேண்டியதில்லை யாதலால் எனக்கு நிறைய ஓய்வு நேரம் உண்டு. எனது உடல் நிலை என் வாழ்வின் பல வருடங்களைச் சீரழித்துவிட்டாலும் என்னைச் சமூகத்திலிருந்தும் சந்தோசங்களிலிருந்தும் எனது கவனம் சிதைவுறாமல் பார்த்துக்கொண்டது.

ஒரு அறிவியலாளனாக என்னுடைய வெற்றி சிக்கலான, பலதரப்பட்ட மனத்தகுதிகளாலும், நிபந்தனைகளாலும் தீர்மானிக்கப்பட்ட ஒன்று. அவைகளில் முக்கியமானவை, அறிவியல் மீதான காதல், எந்த விஷயம் குறித்த சிந்தனையிலும் வரம்பற்ற பொறுமை, அவதானிப்பதிலும், உண்மைகளைச் சேகரிப்பதிலும் உழைப்பு, கண்டு பிடிக்கும் முனைப்பு மற்றும் தர்க்க அறிவு- இவைகள்தான். இத்தகைய சாதாரண குணங்களோடு சில குறிப்பிட்ட விஷயங்களில் அறிவியல் மனிதர்களின்பால் ஆதிக்கம் செலுத்தியிருக்கிறேன் என்பது ஆச்சரியகரமானது.

❏❏❏

குறிப்புகள்

1. Shrewsbury – இங்கிலாந்து மாவட்டமான ஸ்ராப்சயர்–இன் ஒரு நகரம்.
2. Abergele – இங்கிலாந்தில் உள்ள பழைய ரோமனிய வர்த்தக நகரம்.
3. Maer – இங்கிலாந்தில் உள்ள கடற்கரை கிராமம்.
4. Horace – ரோமனியக் கவிஞர் மற்றும் விமர்சகர்.
5. Homer – பழம்பெரும் கிரேக்க புராணக்கவிஞர்.
6. Virgil – ரோமனிய கவிஞர்.
7. Euclid – கிரேக்க கணிதவியலாளர். இவர் பெயரில் கணிதம் கற்றுத்தரப்பட்டது.
8. Barometer – வளிமண்டல அழுத்தத்தை அளக்க உதவும் கருவி.
9. Shakespeare – உலகப் புகழ்பெற்ற இங்கிலாந்து நாடக ஆசிரியர்.
10. Sir Walter Scott – ஸ்காட்லாந்தைச் சேர்ந்த கவிஞர், நாவலாசிரியர், நாடக ஆசிரியர்.
11. Thomsan – ஸ்காட்லாந்தைச் சேர்ந்த கவிஞர், நாடக ஆசிரியர்.
12. Byron – உலகப் புகழ்பெற்ற இங்கிலாந்து கவிஞர்.
13. Wales – இங்கிலாந்தோடு இணைந்த ஒரு நாடு.
14. Beagle – சார்லஸ் டார்வின் பயணம் மேற்கொண்ட கப்பலின் பெயர்.
15. Cambridge – இங்கிலாந்தில் உள்ள உலகப் புகழ்பெற்ற பல்கலைக்கழகம்.
16. Cicindela – ஒரு வகை வண்டு.

17. Shropshire	–	இங்கிலாந்தில் ஒரு மாவட்டம்.
18. Edinburgh	–	இங்கிலாந்தில் உள்ள உலகப் புகழ்பெற்ற பல்கலைக்கழகம்.
19. Materia Medica	–	மருத்துவ குண முறைகள் அடங்கிய புத்தகம்.
20. Assyria	–	கி.மு. 2500 முதல் கி.பி.608 வரை டைகிரிஸ் மற்றும் யூஃப்ரடிஸ் நதிகளுக்கிடையே இருந்த பேரரசு.
21. Wernerian Geologist	–	வெர்னர்– ஜெர்மன் புவியியலின் தந்தை. அவரது கொள்கையைப் பின்பற்றியவர்கள் Wernerian Geologist என்றழைக்கப்பட்டார்கள்.
22. Lamarck	–	ஃப்ரான்ஸ் நாட்டு தாவரவியல் அறிஞர்.
23. Zoonomia	–	சார்லஸ் டார்வினின் தாத்தா எழுதிய இயற்கை உயிரினங்களின் விதிகள் (The laws of Organic life) என்ற புத்தகம்.
24. NewHaven	–	ஒரு சிறிய நகரம்.
25. Plinian Society	–	இயற்கை வரலாற்றில் ஆர்வமுள்ள எடின்பெர்க் பல்கலைக்கழக மாணவர்களுக்கான அமைப்பு.
26. Flustra	–	பைரோசோவா வகை பிராணி. கடல் பாசி போல் தோன்றும்.
27. Royal Medical Society	–	இங்கிலாந்தின் பழமையான மருத்துவக் கழகம்
28. Edinburgh Royal Society	–	1783–இல் ஸ்காட்லாந்தில் உருவாக்கப்பட்ட தேசிய அறிவியல் கல்விக்கழகம் (National Academy of Science) இன்றும் செயல்படுகிறது.
29. Bell Stone	–	அமெரிக்காவின் கவாய் மாவட்டத்தில் உள்ள ஒரு நீண்ட பாறை. இதில் தட்டினால் அந்தச் சத்தம் அந்தப் பகுதி முழுவதும் எதிரொலிக்கப்படும்.

30. Salisbury Craigs	–	செங்குத்துப் பாறை.
31. Snowdon	–	வேல்ஸ்– இல் உள்ள மிக உயர்ந்த மலை. உயரம் 3560 அடி.
32. Phrenologists	–	மண்டையோட்டின் வடிவம் மற்றும் நீட்சி பற்றிய ஆய்வு செய்பவர்.
33. Barmouth	–	வேல்ஸ் நாட்டின் ஒரு நகரம்.
34. Little Go	–	இங்கிலாந்து பல்கலைக்கழகங்களில் நடத்தப்படும் இடைத்தேர்வு. நம் நாட்டு Mid Term Test போல்.
35. Paley	–	இங்கிலாந்து நாட்டைச் சேர்ந்த கிறிஸ்தவ தத்துவவியலாளர். அவர் எழுதியதுதான் Evidence of Christianity and Moral philosophy.
36. Sedgwick	–	கேம்ப்ரிட்ஜில் புவியியல் பேராசிரியர் மற்றும் டார்வினின் நண்பர்.
37. Henslow	–	தாவரவியல் மற்றும் புவியியல் வல்லுனர். டார்வினின் நண்பர் மற்றும் வழிகாட்டி என்று மதிக்கப்பட்டவர். இங்கிலாந்து நாட்டைச் சேர்ந்தவர்.
38. Senior Wrangler	–	கேம்ப்ரிட்ஜ் பல்கலைக்கழகத்தில் கணிதவியலில் வழங்கப்படும் முதல் நிலை தகுதி.
39. Sebastian del Piombo	–	16–ஆம் நூற்றாண்டு இத்தாலிய ஓவியர்.
40. Trinity College	–	கேம்ப்ரிட்ஜ் ஆளுகைக்குட்பட்ட கல்லூரி.
41. Down	–	இங்கிலாந்தில் ஒரு தெருவின் பெயர்.
42. Panagus Crux Major	–	ஒரு வகை வண்டு.
43. Licinus	–	ஒரு வகை வண்டு.
44. P.quadripunctatus	–	ஒரு வகை வண்டு.
45. Hereford	–	தலைமைதேவாலய நகரம், இங்கிலாந்து.
46. Humboldt	–	ஜெர்மன் இயற்கையியல் வாதி.

47. Sir.J.Herschel	–	இங்கிலாந்து நாட்டைச் சேர்ந்த கணிதவியல், வேதியியல், வானியல் அறிஞர்.
48. Teneriffe	–	பிரிஸ்பேனில் (ஆஸ்திரேலியா) ஒரு நகரம்.
49. Eyton	–	ஷ்ராப்ஷயரில் உள்ள ஒரு கிராமம்.
50. Cwm Idwal	–	வடக்கு வேல்ஸ் பகுதியில் உள்ள தொங்கும் சமவெளி.
51. M.S. Journal	–	டார்வின் அவர்களின் கையெழுத்துப் பிரதிகளின் மிகப்பெரிய தொகுப்பு.
52. Lavater	–	சுவிட்சர்லாந்தைச் சேர்ந்த சமய அறிஞர்.
53. Count d'Albanie	–	ஒரு பட்டம்.
54. Leyll	–	இங்கிலாந்து வழக்கறிஞர் மற்றும் முன்னணிப் புவியியல் வல்லுனர்.
55. Crustaceans	–	கணுக்காலிகளின் தொகுப்பு.
56. Cirripedia	–	ஒரு வகை கணுக்காலி.
57. Patagonia	–	தென் அமெரிக்காவின் தென்முனைப் பகுதி.
58. Tierra del Fuego	–	தென் அமெரிக்காவில் உள்ள தீவுக்கூட்டம்.
59. Glen Roy	–	மெல்பர்னில் உள்ள ஒரு நகரம்.
60. Wordsworth	–	இங்கிலாந்து கவிஞர்.
61. Coleridge	–	இங்கிலாந்து கவிஞர் மற்றும் திறனாய்வாளர்.
62. Elie de Beaumont	–	ஃப்ரான்ஸ் நாட்டு புவியியல் வல்லுனர்.
63 Princeps Botanicorum	–	தாவரவியல் இளவரசன்.
64. Cape of Good Hope	–	தென் ஆப்பிரிக்காவில் உள்ள நன்னம்பிக்கை முனை.
65. Concholepas	–	கடல் நத்தை.
66. Wallace	–	இங்கிலாந்து நாட்டைச் சேர்ந்த இயற்கையியல் வல்லுனர், பூகோளவியலாளர்.
67. Darwinismus	–	டார்வினிசம்.

68. Good success Bay – Tierra del Fuego –இல் உள்ள வளைகுடாவின் பெயர்.

69. Linum Flavum – ஆல்ப்ஸ் மலைப்பகுதிகளில் வாழக்கூடிய ஒரு தாவரம்.

70. Primula – பிரிமுலேசீ குடும்பத்தைச் சேர்ந்த சிறிய வகை மூலிகைகள்.

71. Cow Slip – பிரிமுலேசீ குடும்பத்தைச் சேர்ந்த சிறிய வகை மூலிகைகள்.

72. Primerose – பிரிமுலேசீ குடும்பத்தைச் சேர்ந்த சிறிய வகை மூலிகைகள்.

73. Lythrum – லித்ரேசி குடும்பத்தைச் சேர்ந்த ஒரு வகை செடி.

74. Pangenesis – டார்வினுடைய மரபுப் பண்பு குறித்த கருதுகோள்.

75. Nunc dimittis – nunc dimittis என்று ஆரம்பிக்கும் கிறிஸ்தவ இசைப்பாடல்.

76. Hetero-Style – வேற்பட்ட சூல் தண்டு.

77. Huxley – புகழ் பெற்ற ஆங்கில எழுத்தாளர்.